MGA KUWENTO NI LOLA BASYANG

SEVERINO O. REYES

Mga Kuwento ni
Lola Basyang
Volume 2

Pinamatnugutan nina
CHRISTINE S. BELLEN
at REBECCA T. AÑONUEVO

Iginuhit ni
FELIX MAGO MIGUEL

Tahanan Books
MANILA

Inilathala ng Tahanan Books
Sangay ng Ilaw ng Tahanan Publishing, Inc.
Unit 402, Cityland 3 Building
105 V.A. Rufino corner Esteban Street
Makati City, Philippines
Telfax: (63-2) 813-7165
E-mail: marketing@tahananbooks.com
Website: www.tahananbooks.com

Disenyo at paglalapat ni Felix Mago Miguel
Inilimbag sa Pilipinas ng
10 9 8 7 6 5 4 3 2 1
Unang Edisyon

National Library of the Philippines Cataloging-in-Publication Data

Recommended entry:

   Reyes, Severino.
      Mga Kuwento ni Lola Basyang / Severino
   Reyes ; pinamatnugutan nina Christine S. Bellen
   at Rebecca T. Añonuevo ; iginuhit ni Felix Mago
   Miguel. — Makati City : Tahanan Books, 2012.
         2v. ; cm.

      ISBN 978-971-630-170-0

      1. Tales—Philippines.   2. Folk literature, Filipino.
   3. Children's stories, Filipino.   I. Bellen, Christine S.
   II. Añonuevo, Rebecca T.   III. Miguel, Felix mago
   IV. Title.

   GR325   398.209599   2012   P220110912

Para kay Edsel

C.S.B.

Para kina Amansinaya, Idyanale, at Iñigo Jose

R.T.A.

Para sa aking pinakamamahal—si Amelia at sa aming mga biyaya

—sina Ulap, Ulan, Angin, Araw, at Langit—

at kay Hesus na nagbigay at nagpahintulot ng lahat.

F.M.M.

Severino O. Reyes

Severino O. Reyes
(1861–1942)

Kilalang mandudula si Severino Reyes o Don Binoy. Tinagurian siyang "Ama ng Sarsuwelang Tagalog," dahil sa malaki ang naging ambag niya sa panitikan sa larangan ng dula. Nakipaglaban siya sa nakasanayan nang dulang moro-moro o komedya upang itaguyod ang sarsuwela. Ilan sa pinakatanyag niyang dula ay ang *Walang Sugat* at *R.I.P.* Umani ng maraming parangal si Severino Reyes para sa kaniyang mga dula.

Matapos ang panahon ng pagsusulat niya ng mga dula, nagsulat naman sa *Liwayway magazine* si Reyes nang maimbitahan siya ni Don Ramos Roces. Naging patnugot siya ng *Liwayway* noong 1928–1932. Nag-ambag siya sa simula ng mga maikling kuwento. Ngunit naging inspirasyon niya upang simulan ang *Mga Kuwento ni Lola Basyang* nang maimbitahan sila ng kaniyang anak na si Pedrito Reyes sa tahanan ng mga Zamora sa Quiapo, Maynila upang maggabihan. Matapos kumain, nakita ni Don Binoy ang matandang si Gervacia Guzman Zamora o Tandang Basiang na tinitipon ang kaniyang mga apo upang kuwentuhan. Uupo ito sa kaniyang tumba-tumba at gagawa ng nganga habang kinukuwentuhan ang mga apo. Napag-alaman ni Don Binoy na gabi-gabi itong gawain ng maglolola.

Isinilang ang unang *Mga Kuwento ni Lola Basyang* sa *Liwayway magazine* noong Mayo 22, 1925. "Ang Plawtin ni Periking" ang pinakauna sa kaniyang mga kuwento. Napukaw ang interes ng mambabasa ng mga kuwento at doon na nagsimula ang *Mga Kuwento ni Lola Basyang* na umabot ng halos limandaan mula noong 1925 hanggang 1942.

Nilalaman

INTRODUKSYON:
Ang Boses ni Lola Basyang

Isa sa matatandang kaugaliang Filipino ang pagpapaalaga ng pinaka-panganay na apo sa isa sa mga magulang ng ating mga magulang. Sila ang mga apo na kung tawagi'y "laki sa lolo at lola," dahil literal na ang matatanda ang nakakagisnan nilang magulang. Ngunit sa kontemporaryong panahon, sa mga lolo at lola na karaniwang iniiwanan ang mga apo dahil sa abala sa paghahanap-buhay ang mga magulang ng bata. Anuman ang sistema ng ugnayan sa ating mga pamilya, mapalad ang mga batang may nakagisnang mga lolo at lola. Lalo na sa panahong ito na wala nang hindi naaabot at nalilikha ang siyensya, kaya't pakiwari ng mga bata ay wala nang puwang ang kahinaan sa buhay. Ang mga lolo at lola ang nagsisilbing patunay sa mga bata ng natural na siklo ng buhay—na tumatanda, humihina, at namamatay ang tao.

Batid ng bawat kulubot na balat ng ating mga lolo at lola ang nakalipas na panahon na nagbabad sa kanila sa mga karanasan at kaalaman sa buhay. Naging matamis man o mapait ang dulot nito ay sadyang nakapag-iwan ng mga karunungang humubog sa kanilang mga paniniwala at nagsilbing gabay upang sila ay magpatuloy. Masungit man ang mga lolo at lola natin, amoy lupa man, bungisngis, bingi, bungal, ulyanin, mabait, mabagal, maselan, malabo ang mga mata, mahigpit, o *cool*, nananatili ang layunin nilang maipasa sa atin ang mga taglay na karunungan. Ang mga pinagdaanang karanasan ang nagsisilbing integridad nila upang sila ay pakinggan at paniwalaan. Sila ang mga unang tagapagkuwento, at sa kanilang mga kuwento nakapaloob ang mga aral na nais nilang ibahagi. Magpahanggang ngayon, may boses na taglay ang ating mga lolo at lola na maging ang mga magulang natin ay napapaalalahanang huminto at makinig gaano man kabilis at kasalimuot ang buhay.

Isa sa mga lolong pinakinggan sa kaniyang panahon ay si Severino Reyes o Don Binoy. Sa boses ng isang lola niya isinalaysay ang kaniyang *Mga Kuwento ni Lola Basyang* noong 1925–1942 na nailathala sa *Liwayway magazine* kung saan nagsilbi siyang patnugot mula 1928–1932. Mula sa pagsusulat ng mga dula ay nagsulat siya ng mga kuwentong kinagiliwan sa kaniyang panahon. Hindi pambata ang mga kuwento bagama't binasa ito para sa mga bata at binasa rin ng mga batang may kakayanan nang magbasa. Malawak ang saklaw ng kaniyang mga kuwento. Maiuuri ito sa pantasya, kababalaghan, kuwentong bayan, at mga kuwentong may impluwensya ng naratibo ng sarsuwela. Iniuuwi niya ang mga kuwento mula sa iba't ibang lugar sa sariling bayan. Naisalin sa iba pang medium ang mga kuwento tulad ng pelikula, drama sa radyo, komiks, at mga antolohiya. Nagpatuloy ang boses ni Lola Basyang nang muli itong maisaaklat sa kontemporanyong panahon, maisadula, maging serye sa TV, drama sa radyo, at sayaw. Patuloy pang lumalawig ang saklaw ng kaniyang mga kuwento.

Ikalawang tomo ang antolohiyang ito ng *Mga Kuwento ni Lola Basyang* ng Ilaw ng Tahanan Publishing, Inc. Mayroong labindalawang kuwento ang pinili para sa antolohiya. Sa unang kuwento, lubhang kaabang-abang ang pagbabagong-loob ng palapintasing prinsesa sa "Ang Prinsesang Naging Pulubi," na noong 1958 ay kuwentong kasama sa *Ang Mga Kuwento ni Lola Basiang* ng Sampaguita Films na ginampanan ni Gloria Romero bilang Prinsesa at ni Juancho Gutierrez bilang Haring Teoklesiano. Unang kuwento naman sa *Mga Kuwento ni Lola Basyang* sa *Liwayway magazine* noon ang tungkol sa magkakapatid na sina Tolo, Berto, at Periking sa "Ang Plawtin ni Periking" noong Mayo 22, 1925. Dito nagsimulang kagiliwan ng maraming mambabasa ang mga kuwento na nagpatuloy ng mahabang panahon. Nakapagbunsod din ito upang ilabas ang dalawang antolohiya noong 1975 ng Vera-Reyes Publishing bilang paggunita sa ika-50 anibersaryo ng nasabing kuwento.

Sa ikatlong kuwento, "Ang Karosang Ginto" ay kuwentong naganap sa panahon noong wala pa ang mga mananakop na Kastila sa Pilipinas. Ngunit may pagbabanta na, na ang ginto ay isa sa mga magiging ugat ng pagkagahaman ng mga taong may pagnanasa sa kapangyarihan at yaman. Lumabas ang kuwento sa *Liwayway* noong Pebrero 8 at 15, 1929. Yaman at kapangyarihan din ang ugat ng kaguluhan sa "Ang Sula ng Sawa." Maiuugnay sa ilang nakagigilalas na balita sa modernong panahon ngayon tungkol sa paniniwala ng mga Filipino na posible ang mito ng pagsisilang nang may kakambal na ahas ang sanggol

13

na tao. Hubad naman sa pantasya ang kuwento ng pag-ibig ni "Nicolas" sa kababatang si Ester ang kabiguang nagbunsod ng kaniyang pakikipagsapalaran na sa dulo ay naging daan upang matagpuan ang tunay na pag-ibig na nakalaan sa kaniya. Habang sakripisyal at milagrosong pag-ibig sa bayan ang tampok sa kuwentong "Ang Dragon sa Ilog Kingwa," tungkol sa paniniwala sa mga mapaghimalang patron na nakaluklok sa mga simbahan at "nabubuhay" sa panahon ng kagipitan ng bayan.

Ang ikapitong kuwento ay lumabas sa *Liwayway* noong Setyembre 6, 1929. Ang "Binibining Tumalo sa Mahal na Hari" ay nagtataas ng pagtingin ng babae, una sa kaniyang sarili at gayundin sa pagtingin sa kaniya ng mga tao sa kaniyang komunidad. Madilim naman at nakapanghihilakbot ang kuwento ng "Ang Ilog ng Telebeng" ngunit dito pinatunayan ng magkasintahan ang kanilang tunay na pag-ibig kahit pa hadlangan ng isang mundong hindi saklaw ng kanilang realidad.

Sa "Ang Hari sa Bundok na Ginto," hindi man tinukoy ang lugar ay nabubuo sa imahinasyon ang bansang Tsina. Sa kasong ito, ang Filipino ang siyang naglakbay at naging hari sa teritoryo ng mga Tsino. Lubha pang idiniin ang pagiging bida ng mga Filipino sa "Ang Tatlong Nagpaligsahan," na nanlinlang sa isang may-kaya sa buhay sa pamamagitan ng pustahan.

"Ang Prinsipeng Ibon" na ikalawa sa huling kuwento sa aklat ay lumampas na sa pagiging kuwentong binabasa lamang. Isa ito sa mga kuwentong isinayaw ng Ballet Manila noong 2008 at 2011 sa Aliw Theater. Binuhay ng musikang inareglo ni Mon Faustino ang mga awiting likha ng Pambansang Alagad ng Sining sa Musika. Nagsilbing saliw sa sayaw ang musikang tigib ng damdamin tulad ng pag-ibig ni Prinsesa Singsing at ng Prinsipe ng mga Ibon sa isa't isa. Ang pinakahuling kuwento tungkol sa "Prinsipeng Mapaghanap" ay halos kawangki ng kuwento ng palapintas na prinsesa sa una. Bagama't ang pagbabagong-loob nito ay nauwi sa pag-aalay ng sariling buhay para sa naiibang antas ng kaganapan ng ulirang pag-ibig.

Binigyang-buhay ang labindalawang kuwento sa masusing paghahabi para sa henerasyong ito ng premyadong makatang si Rebecca T. Añonuevo. Masasabing sa kabila ng kasalimuotan ng lolong nagsa-lola, binawing muli ng sensibilidad ng mga babaeng tagapagkuwento at patnugot ang mga kuwentong inihahandog sa antolohiyang ito. Lalo ring pinatingkad sa ating imahinasyon ang mga kuwento dahil sa mga ilustrasyon ng ma-husay na mangguguhit na si Felix Mago Miguel. Halina't muling pakinggan ang boses ng ating lola sa kaniyang mga kuwento ng tagumpay, kasawian, pag-ibig, pag-asa, at pagbabagong buhay. Mga apo tayong matututo sa binubuksang kaalaman ng ating Lola Basyang.

Christine S. Bellen
Hunyo 14, 2012

MGA KUWENTO NI LOLA BASYANG

Ang Prinsesang Naging Pulubi

Nag-iisang anak ng hari ang prinsesang napaka-ganda, ngunit palalo at palapintas. Dahil sa masamang ugali ay hindi siya nakapag-asawa ng kapwa niya dugong mahal o kahit pa di kauri. Sa palagay niya kasi ay walang makaabot sa kaniyang kalagayan at nababagay sa kaniyang kagandahan.

Malimit na mag-usap silang mag-ama tungkol sa pagpili ng prinsesa ng isang prinsipe.

"Ibig ko, Anak, na makitang ikaw ay may asawa na, pagkat wala akong ibang masasalinan ng Korona kundi ikaw," sabi ng amang hari sa mapagmataas na prinsesa.

"Ama ko, bayaan mo nang ako'y mamatay sa pagkadalaga," ang sagot ng anak. "Hindi ba maaaring magreyna ang dalaga?"

"Maaari nga, Anak ko, ngunit kung ikaw ay mamatay na dalaga, di nagulo ang aking dinastiya? Kanino mo isasalin ang Korona?"

Gayunman ang naging pag-uusap ng mag-ama, ang prinsesa ay hindi rin nagbago sa pagkapalalo. May mga naghinala tuloy na ang ibig ng prinsesa ay katulad niyang babae, subalit hindi naman. Talaga lamang hindi sumagi sa kaniyang loob ang pag-aasawa.

11

Nang tumuntong na ang Prinsesa Mafalda sa tamang edad ng pag-aasawa, nag-anyaya ang Mahal na Hari sa lahat ng mga bansa upang dumalo ang mga prinsipe sa espesyal na araw na pipili ang kaniyang anak ng mapapangasawa, ang magiging Prinsipe Konsorte.

Dumating ang araw na itinakda. Umaapaw ang panauhin sa palasyo ng Mahal na Hari. Nanaig ang nais ng ama: hindi lamang mga prinsipe ang nagsidalo, kundi pati na ang Haring Teoklesiano na magandang lalaki at binata, na kapansin-pansin sa kaniyang balbas-kambing. Sa lahat ay pinakamapilit ang ha- ring ito na mapangasawa ang Prinsesa Mafalda.

Lahat ng mga prinsipe ay humarap sa mapagmataas na prinsesa. Ito nama'y walang napili; lahat para sa kaniya ay may mga kapintasan.

"Ano, Anak ko," sabi ng hari, nang tawagin nang lihim ang kaniyang anak, "may napili ka na ba?"

"Wala, Ama ko."

"Wala?"

"Wala nga, Ama ko!" at sinimulan na ng prinsesa ang pagsa- saysay ng mga kapintasan na diumano, ang prinsipeng ganoon ay may matang hito; ang prinsipeng gayon ay pilipit ang ilong; ang prinsipeng iyo'y makapal ang labi; ang isa ay masamang lumakad, na parang pato; ang isa pa ay may matang sukab at iyon namang isa'y napakalaki ang mga butas ng ilong. Sa lahat ay may maipipintas ang prinsesa.

III

Nang matapos sa pamimintas ang prinsesa sa kaniyang mga manliligaw ay nangusap ang kaniyang ama:

"Mafalda, ano ang masasabi mo sa Haring Teoklesiano na totoong mapilit na makamtan ang iyong kamay? Ang tinurang hari ay magandang lalaki at may katutubong pag-ibig sa iyo."

"Maganda raw! Ang Haring Teoklesiano ay hindi maganda. Maganda ba, Ama ko, ang taong may balbas-kambing?"

Nagalit ang hari sa inasal ng anak, at binalaan ang Prinsesa Mafalda, na kapag sa loob ng anim na buwan ay hindi siya na-kapili ng magiging asawa, ipakakasal niya ito sa unang pulubing lumapit sa palasyo.

Si Mafalda ay tatawa-tawa lamang at itinuring na biro ang babala ng kaniyang ama. Samantala ay tahimik na naghintay ang Mahal na Hari na matapos ang anim na buwan; ibig niyang masaksihan ang pag-aasawa ng mapagmataas na anak.

IV

Walang kamalay-malay si Mafalda na tapos na ang taning na kaloob ng ama; higit pa nga, may isang taon na ang nakalipas buhat nang siya'y balaan nito.

Isang araw habang ang Mahal na Hari ay naglilibang sa kaniyang harding puno ng mababangong bulaklak at si Mafalda ay kapiling niya, nakapasok sa hardin ang isang pulubi na may dalang banjo. Nang malapit na sa kinalululukulukan ng Mahal na Hari at ng Prinsesa Mafalda ay bigla itong umawit. Ang tinig ng pulubi ay pagkainam-inam, malamig, at kawili-wili. Ang inawit din ay mainam: "Ang panawagan ng pusong umiibig."

Sa ikatlong pag-awit ng pulubi ay binigyan siya ng Mahal na Hari ng isang supot ng perang ginto.

"Mangangantang lansangan, ikaw ba ay binata?" ang tanong ng Mahal na Hari.

"Opo, Mahal na Hari," tugon ng pulubi, sabay yukod. "Mag-utos po kayo."

"Sa loob ng linggong ito ay magbalik ka rito sa aking palasyo. Humanda ka't ikaw ang magiging kapalaran ng Prinsesa Mafalda."

"Haring panginoon ko! Ako po yata'y nakakatuwaan. Gayon man po ay paririto ako sa loob ng linggong ito."

Nangatal si Mafalda nang marinig ang sabi ng hari.

"Hindi ako binibiro ng aking ama. Talagang ibig ng ama ko na ako'y mamatay na," at siya ngang tunay, pagkat ang Mahal na Hari ay nangusap pa.

"Ang Mahal na Haring iyong kausap ay hindi marunong magbiro, ang sinabi niya'y tunay at walang bali."

"Salamat po, Mahal na Hari. Makaaalis na po ba ako?"

"Oo, ngunit huwag mong kalilimutan ang aking tagubilin. Sa loob ng linggong ito ay magbalik ka sa harap ko."

"Opo, Mahal na Hari," yumukod ang pulubi at lumisan.

V

Nang dumating ang takdang araw ay sumipot ang pulubi at humarap sa Mahal na Hari.

Tinawag ng Mahal na Hari ang kaniyang anak upang pagsabihang gumayak na't naroroon na ang kaniyang magiging kapalaran. Ang ama'y hindi na nakapagsalita ng anuman, pagkat napaluha si Mafalda.

"Ama ko, ako'y muli mong pagkalooban ng mga anim na buwan man lamang na kaluwagan sa pagpili ko ng aking magiging konsorte."

Ang amang hari ay nagdalang-awa naman sa kaniyang anak at pumayag sa kahilingan nito.

Ang pulubing mang-aawit ay pinagsabihang panibago ng Mahal na Hari: "Manganganta, mag-antay kang makalipas ang anim na buwan at magbalik kang muli rito."

"Ang mabuti po yata, Mahal na Hari, ay ganito..."

"Ano?" ang tanong ng Mahal na Hari.

"Makikibalita po ako Mahal na Hari kung ang Prinsesa Mafalda ay nakahirang na o hindi ng asawa, at kung makalipas ang anim na buwan at ako'y walang mababalitaang anuman ay haharap po akong muli sa Inyong Kamahalan."

"Mabuti kung gayon," ang sagot ng Mahal na Hari. "

Ang panahon ay matuling tumakbo. Ang anim na buwan ay nakalipas, subalit si Mafalda ay wala ring napili.

Ang pulubing binibilang pala ang mga araw at sandali ay hindi nakalilingat; sa loob ng ikaanim na buwan at isang araw ay sumipot ito sa palasyo.

Nanginig ang kaluluwa't katawan ni Mafalda pagkarinig sa tinig ng pulubing mang-aawit.

"Magandang araw po, Mahal na Hari!" ang maamong bati ng pulubi, matapos na umawit.

"A, at nakalipas na ba ang anim na buwan?"

"Opo, Mahal na Hari, ngayon po'y ikaanim na buwan na at isang araw."

"Ganap na pala! Humanda ka at talagang ikaw ang kapalaran ni Mafalda!"

Pagdaka'y tinawag ang kaniyang anak.

"Mafalda, narito ang iyong kapalaran. Ngayon din ay mag-hubad ka ng damit prinsesa at sumama sa kaniya."

"Ama ko!"

"Talagang iyan ang kapalaran mo. Huwag ka nang tumutol at wala ring mangyayari."

"Ama ko?"

"Ayaw ka sa mga prinsipe at sa mga hari, ang nararapat sa iyo'y isang pulubi."

Ang prinsesa'y nagmakaawa. Niyakap-yakap at hinagkan-hagkan ang kaniyang ama, subalit hindi ito natinag.

Nang oras ding iyo'y nanaog sa palasyo si Mafalda na kasama na ang kaniyang pulubing mang-aawit.

Nang makalabas na ng bayan ang Prinsesa Mafalda na kasama ang mang-aawit ay nagtanong ito.

"Saan ka ba nakatira?" tanong ng prinsesa sa asawa.

"Diyan sa dakong libis ng ating dinaraanan."

"Anong layo pala!"

"Hindi lubhang malayo; tayo'y sasakay sa karitela."

"Sino ang may sakop niyon?"

"Sakop ng Mahal na Haring Teoklesiano."

"Teoklesiano, ang sabi mo?"

"Oo, iyang natatanaw mo ang kaniyang kaharian."

"Mainam pala ang kaharian niya, at mukhang mayaman ang kaniyang kaharian."

"Napakayaman nga at napakabuti pang hari."

"Ang haring iyan ang tinawag kong si Balbas-kambing," at nagtawa ng pagkalakas-lakas.

"Balbas-kambing ang itinawag mo sa kaniya?"

"Oo, pagkat walang pinag-iwan sa balbas ng barakong kambing ang balbas niya."

Sa wakas ay dumating sila sa dampang tahanan ng pulubi.

"Tayo'y nagsasama na't kalooban na ng langit ay hindi mo pa nasasabi sa akin kung ano ang tunay na pangalan mo," sabi ni Mafalda.

"Sianong Mang-aawit," ang sagot ng pulubi.

Gabi at araw ay lumuluha ang Prinsesa Mafalda.

"Hindi tayo magiging maligaya, kapag hindi ka nagtigil ng kaiiyak," ang sabi ng pulubi.

Isang araw bago umalis ang mang-aawit ay kinausap niya nang mahinahon si Mafalda.

"Mafalda, ikaw ay tumigil na ng iyong pag-iyak."

"Maaari bang ako'y tumigil sa kalagayan kong ito?"

"Dahil ba ikaw ay isang prinsesa ngunit nakapag-asawa ng isang pulubi lamang?"

Hindi sumagot si Mafalda.

"Sa harap ng Diyos, Mafalda, ay hindi mo masasabi ang gayon."

"At bakit hindi?"

"Ilang buwan na tayong nagsasama, masasabi mo bang ni minsan ay pinangahasan ko ang iyong pagkababae?"

"Hindi nga! Ngunit tayo'y nagsasama na sa mata ng tao."

"Oo, pagkat ang gayo'y kalooban ng iyong ama. Siya ang Mahal na Hari at dapat kong sundin."

"Kung gayon ay hindi mo ako iniibig?"

"Hindi at hindi!" tugon ni Siano. Si Mafalda'y napasigaw ng iyak, at nagwika, "Lalo pang kasawian ng aking buhay ang ako'y nasa kamay ng isang lalaking hindi ako iniibig!"

"Paanong ikaw ay maiibig ko, samantalang ako'y isang hamak na pulubi at ikaw ay isang Mahal na Prinsesa?"

"Huwag mo nang sabihin ang ganyan, Siano ko! Dahil ako'y naririto na sa kalagayang ito ay marapatin mong magkamit ng ginhawa itong aking puso. Ako'y mahalin mo na at ibigin, pagkat ikaw ang sa akin ay nag-aaruga."

"Kung gayon ay huwag ka nang lumuha; ipinangangako ko sa iyong mamahalin kita, nang higit sa pagmamahal ko sa sarili."

"Gayon ba? Ngayon pa lamang ako makakahinga nang maluwag."

"Tunay na tunay. Ako'y nagtitipon lamang ng kaunting salapi upang maidaos sa harap ng dambana ni Bathala ang ating pag-iisang dibdib."

Si Mafalda't si Siano'y nagmahalan na nang sandaling iyon ng pagtatapat sa isa't isa.

Namuhay nang matahimik si Mafalda at si Sianong Mang-aawit sa gitna ng kanilang kahirapan.

"Hindi maaari ang tayo'y mamalagi sa ganitong kabuhayan," isang araw ay sabi ni Siano kay Mafalda.

"At paano ang ating gagawin?"

"Ako'y may natitipon nang kaunti sa aking pag-awit, at iyan ay puhunanin mo. Ipagbukas mo ng isang tindahan ng mga palayok diyan sa liwasan ng bayan. Sa gayo'y kikita tayo at malilibang ka pa."

"Ikaw ang bahala. Wala kayang makakakilala sa akin?"

"Sino ba ang makakakilala sa iyo? Inisip ko ang gayon nang tayo'y magbago ng ating kabuhayan."

Si Mafalda nga'y nagkaroon ng isang tindahan sa liwasan. Araw-araw ay binubuksan ang kaniyang tindahan at kaniyang tinatanuran. Sa gabi ay ipinagbibigay-alam ni Mafalda kay Siano ang kaniyang napagbibilhan.

"Mabuti yata, Siano, palakihan ko ang aking tindahan."

"Ikaw ang bahala," ang tugon ng lalaki.

Ang tindahan nga ni Mafalda ay napalaki nang lubha, at pinuno ng mga palayok.

Isang gabi ay umuwi si Mafalda galing sa pagtitinda na umii-yak at hapis na hapis.

"Ano ang nangyari sa iyo at nagkaganyan ka?" ang tanong ni Siano.

"Naku, Siano! Sa tindahan ko'y may pumasok na isang prin-sipeng napakakisig at nakasakay sa kaniyang kabayo at binasag na lahat ang laman ng aking tindahan."

"Napakawalang-hiya ng prinsipeng iyon! Ngunit tayo'y hin-di maaring maghabla, pagkat sino ang makakalaban sa isang prinsipe? Sino?"

"Siyanga...Ano kaya naman ang mabuting gawin nating hanapbuhay, nang tayo'y kumita?"

"Kung sa bagay napakainam ng iyong tinig. Lahat marahil nang makarinig ay naaakit na maglimos sa iyo."

"Oo nga, kaloob ni Bathala sa akin ang bagay na iyan."

"Kaya nang unang kumanta ka sa harap naming mag-ama sa halamanan ay natuwa ako sa inam ng iyong tinig."

"Siyanga ba?"

"Sa katunayan ang perang papel na iniabot sa iyo ng aking alagad na babae nang ikaw ay paalis ay ako ang nagpabigay..."

"Ang papel na perang iyon ay naririto't hindi nahihiwalay sa aking dibdib."

"Talaga?"

"Unang alaala ng tapat na sintang-pulubi," at nagtawa.

"Para kang isang kamahalan. Marunong mag-ingat ng alaala."

"Pulubi man ako, Mafalda, ay may puso rin akong katulad ng matataas. Maalaala ko, Mafalda, ang Haring Teoklesiano ay magpipista raw sa isa sa mga araw ng buwang darating, pag-kat ikakasal siya sa isang prinsesa. Ibig mo bang manood ng kasalan?"

"Ako? Nauulol ka ba? Ang asta kong ire ay iaakyat ko sa palasyo ng isang Mahal na Hari? Hindi, pakasal siya kung pakasal siya, at tayo'y dito sa ating dampa."

"Mafalda, inaasahan kong paroroon ang Mahal na Haring ama mo."

"Iyan pa ang isang dahilan kaya ayoko. Makikita ko pa ang aking ama. Kalokohan ang iniisip mo, Siano. Bayaan mo nang sila'y magpista at magkasiyahan."

"Hindi kalokohan, Mafalda. Ang tagapangasiwa sa palasyo ng Haring Teoklesiano ay pinsan ko. Sinabi ko na sa kaniya na ikaw ay ikubli lamang niya sa kaniyang silid, at kung nagsasayawan na't tapos nang ikasal ang Mahal na Hari ay gawan niya ng paraan na masilip mo ang mga kasayahan."

"Kung ganoon pala'y oo, maaari nga."

"Wala namang makapupuna sa iyo. Ikaw ay magtalukbong. Isa pa'y nais kong malamnan ang ating mga bituka. Matagal na tayong walang kinakain kundi tuyo at isdang maliliit."

"Tunay nga," at napatawa si Mafalda. "Ano ang ating maga-gawa? Mahinang totoo ang kita mo. At paano ang gagawin natin upang makakain tayo ng handa ng hari?"

"Ikaw ay ipagbabalot na ng maraming pagkain ng pinsan kong kusinero sa palasyo."

"Maaari ba ang gayon? Hindi ba kahiya-hiya?"

"Talagang maaari. Ikaw sa gabing iyo'y iiwan ko sa pinto ng palasyo, at tutuloy-tuloy ka sa kusina at ako nama'y magha-hanapbuhay."

Ganoon ang pinagkasunduan nilang dalawa.

Hindi nagtagal ay dumating ang araw ng pista sa palasyo ng haring may balbas-kambing.

Umaga pa lamang ng araw na iyon ay nag-usap na si Mafalda at si Siano.

"Mafalda," ani Siano, "nakaniig ko na naman ang kusinero ng Haring Balbas-Kambing."

"Balbas-kambing!" at nagtawa nang nagtawa. "Sayang, magandang lalaki naman sana ang haring iyan, pero nakapangit sa kaniya ang pagkabalbas-kambing."

"Siyanga, Mafalda, kung maaari lamang na sabihin ko sa kaniyang ahitin ang kaniyang balbas-kambing ay sinabi ko na sana, ngunit sino ang makapangangahas na magsabi ng gayon sa isang Mahal na Hari?"

"Sino nga? Iligtas ka ni Bathala."

"Papugutan pa ako ng ulo, Mafalda. Magsabi ka kung iyan ang ibig mo, huwag lamang makita siyang may balbas-kambing!"

"Nasisira na ba ang isip mo? Anong kuwenta sa atin na siya'y magbalbas-demonyo man! Magtigil ka, Siano."

"Maalaala ko: mamaya'y aalis ako nang maaga upang kumita nang marami-rami. Ikaw ay susunduin dito ng dalawang anak na babae ng pinsan kong kusinero."

"Ganoon ba? Lalo ngang mabuti, Siano. Wala kayang makakakilala sa akin?"

"Wala, hangga't nakakubli ka kung may daraan sa malapit sa iyo na kakilala mong prinsipe, prinsesa, o mga konde at mga markes, lalo na kung makita mo ang iyong amang hari."

"Ganoon nga ang dapat."

Kung ano ang kanilang pinagkasunduan ay siyang nangyari. Alas-dos pa lamang ng hapon ay umalis na si Sianong Mang-aawit, pero bago umalis ay naghabilin kay Mafalda, "Kapag napanood mo na ang mga kasayahan, at nabigyan ka na ng kusinero ng ating makakain, ay pahatid ka nang pauwi sa dalawa rin niyang anak."

"Oo, asahan mo at ikaw nama'y umuuwing maaga nang tayo'y makakain."

Ang pista sa palasyo ay napakasaya. Halos hindi mabilang ang mga hari, mga prinsipe, mga konde, at mga markes na nagsidalo.

Si Mafalda ay nakakubli na, subalit buhat sa kaniyang kina-lalagyan ay kitang-kita niyang lahat ang nagsisidatingan sa pista. Nakita niya ang mga kakilalang prinsesa, at bigla'y nanliit siya at nagpakatago-tago, at nasabi sa sarili:

"Naku, Diyos ko! Ang ama ko ang siyang pumapasok sa bulwagan. Saan kaya naroroon ang ikakasal na haring may balbas-kambing? Bakit ang makisig na prinsipeng pumasok sa tindahan ko na nangangabayo at dumurog ng lahat kong pa-layok ang parang siyang may-ari ng bahay na ito? Sino kaya ang prinsipeng ito? At bakit wala si Haring Teoklesiano?" Sunud-sunod na tanong niya sa sarili.

Ipinagtaka din ni Mafalda ang pangyayaring wala sa bulwagan ang prinsesang magiging asawa ng haring may balbas-kambing.

"Bakit ganito ang kasalang ito? Wala ang ikakasal," ang sabi ni Mafalda sa sarili. "Ako'y aalis na't marahil ang aking mang-aawit ay nasa bahay na at nagugutom. Uuwi na ako upang kami nama'y makakain," at nag-anyong aalis na si Mafalda.

Ngunit nakatitig pala sa kaniya ang makisig na prinsipeng dumurog sa kaniyang paninda.

"Tayo'y magsayaw, Prinsesa Mafalda."

"Ako'y bitiwan ninyo, Kataas-taasang Prinsipe; ako po'y hindi prinsesa, ako'y asawa ng pulubi..."

Sa pagbatak ng prinsipe at sa pagpupumiglas ni Mafalda ay nahulog at sumabog ang mga balutan ng pagkaing ikinu-kubli ni Mafalda.

"Diyos ko! Mamamatay ng gutom ang aking mang-aawit."

"Hindi siya mamamatay sa gutom, Mafalda. Huwag kang mag-alala at siya'y makakasalo mong maghahapunan."

"Anong sinabi ninyo?" takang-taka, sabi ni Mafalda.

"Ang buong katotohanan. Makakasalo mong maghahapu-nan ang iyong mang-aawit."

Nang mapagitna si Mafalda sa bulwagan ay biglang napasi-gaw ang kaniyang ama:

"Mafalda! Ano't narito sa palasyo ang asawa ng pulubing mang-aawit?"

Si Mafalda ay kaunti nang mahandusay sa kaniyang pag-kakapahiya.

Ang makisig na prinsipeng bumasag sa tinda ni Mafalda ay napagitna sa bulwagan na akay sa bisig si Mafalda.

"Kataas-taasang Ginoo," ang wikang pagtatalumpati, "ako ang Haring Teoklesiano, na dating tinatawag na Balbas-Kambing. Buhat nang mapulaan at di naibig ng Prinsesa Mafalda ay nagbago na ako ng ayos, at ngayo'y hindi na balbas-kambing."

Sa narinig na iyon ni Mafalda ay halos hindi siya huminga, gayon din ang lahat ng matataas na taong naroon.

Ang Haring Teoklesiano ay nagpatuloy ng pagsasalita:

"Dapat mabatid ng madla, na ako ang pulubing mang-aawit na nahirang ng Mahal na Haring ama ng Prinsesa Mafalda."

"Ha?" Ang sigaw ng Haring Ama ni Mafalda, "Ikaw ang pulubi?"

"Opo, mahal kong biyenan! Nang malaman ko ang inyong mahigpit na babala kay Mafalda na siya'y ipakakasal sa unang pulubing dumating sa palasyo, ay minarapat ko ang magbalat-kayo, magsuot-pulubing mang-aawit, at dumulog sa palasyo."

Walang hindi namangha sa mga ipinagtapat ni Haring Teoklesiano.

Ang Prinsesa Mafalda ay nilapitan ng labindalawang dalagang mga hirang, na magiging dama ng Reyna Mafalda na makakaisampalad ng Mahal na Haring Teoklesiano. Ang Prinsesa Mafalda'y nasuotan ng pangkasal.

Ang orkestrang binubuo ng labindalawang katao ay tumugtog ng martsa sa pag-iisang dibdib, at ang lahat ng panauhin sa palasyo ay kasunod na nagtungo sa kapilya ng palasyo. Doon ay naghihintay na ang Arsobispong magkakasal sa kanila. Ang Haring Ama ni Mafalda at ang bunsong kapatid na babae ng Haring Teoklesiano ang nagsitayong saksi.

Wakas

Ang Plawtin ni Periking

M ay tatlong ulilang magkakapatid na la- laki. Ang dalawa ay matangkad kaysa pangatlo na siyang bunso.

Isang hapon ay nagpalipad ng saranggola sa tabi ng Ilog Pasig ang dalawang malaki, sina Berto at Tolo. Ang maliit na susunud-sunod sa dalawa, ang bunsong si Periking, ay ayaw nilang isali.

Sa pag-iisa ay kumuha si Periking ng isang bola ng pisi at dinala sa tabi ng ilog; itinali sa dulo ng pisi ang isang ka- putol na kawayan, at ipinaanod sa agos. Matulin ang kaniyang bangka-bangkaan.

Nang matapos na ang pagpapalipad ng saranggola nina Berto at Tolo, at ninais nilang umuwi, hinanap nila si Periking na hindi nila malaman kung saan naparoon. Pagod na sila sa kahahanap nang makita nila ito sa bingit ng ilog at naghihirap sa pagbatak ng pisi na marahil ay ibig nang iligpit.

Binatukan ng dalawang kapatid si Periking. Tumulong sila sa pagbatak ng pisi at saka napatunayang talagang napakabigat batakin nito, bagama't sumunod na nang unti-unti.

Nagtulong-tulong sa pagbatak ng pisi ang tatlong magka-patid. Batak sila nang batak. Kaya pala ay nakabingwit sila ng pagkalaki-laking isda. Nalulon nito ang kawayang ikinabit ni Periking sa dulo ng pisi.

Ang isdang mukhang apahap ay isa palang engkantado, kaya nang mapalapit sa pampang ay nangusap: "Mga kaibigan, ako'y huwag ninyong sasaktan. Alisin ninyo ang kawayan sa aking bibig."

Namangha ang magkakapatid nang marinig nila ang sinabi ng isda.

"Oo, hindi ka namin sasaktan," sagot nina Berto at Tolo, at inalis nila ang kawayang nakahalang sa lalamunan ng isda.

"Salamat sa inyo," ang sabi ng isda nang maalis ang kawayan. "Gaganti ako ng utang na loob sa inyo."

"Totoo?" ani Berto at Tolo.

"Sa lalawigan ng Pangasinan," salaysay ng engkantadong isda, "ay may isang gobernador, na may anak na dalagang napakaganda. Nagpahayag ang gobernador na sinumang bina-tang Filipino na may iniingatang galíng ay ipakakasal niya sa magandang anak na si Margarita. Naintindihan ninyo ba ang sinabi ko?" tanong ng engkantadong isda.

"Oo, naintindihan namin," sagot nina Berto at Tolo.

"Dukutin mo, Berto, sa bibig ko," utos ng isda, "ang isang munting supot na sutlang pula."

Dinukot naman ni Berto at nakuha nga ang supot.

"Ano ang bisa nito?" tanong ni Berto.

"Humiling ka ng pera, at ibibigay gaano man ang ibig mo."

"Ha? Subukin ko nga," ani Berto. "Supot, bigyan mo ako ng mga perang ginto."

"Dukutin mo," sagot ng isda.

Nang dumukot nga si Berto'y napuno ang kamay nito ng perang ginto.

"Berto," sabi ni Periking, "ako'y bigyan ninyo, pagkat ako ang nakahuli ng isda."

"Naloloko ka ba?" ang sagot ni Berto. "Aanhin mo ang pera?"

"Ano ang ibibigay mo sa akin?" ang tanong naman ni Tolo sa isdang nakatingala pa.

"Dukutin mo, Tolo, sa bibig ko ang malaking panyong sutlang itim," utos naman kay Tolo ng isda.

Dinukot naman ni Tolo at nakuha ang panyo.

"Ano ang bisa nito?" ang tanong ni Tolo sa pagkakuha.

"Ilalatag mo sa lupa ang panyong iyan, at sasabihin mong kayo'y dalhin sa ibig ninyong puntahan."

"Ha? Totoo ba?" ani Tolo at inilatag niya ang panyo at tumuntong ang dalawa. "Itaas mo kami," utos ni Tolo sa panyo. Umunat ang panyo na parang bakal at sila'y itinaas. Nang utusan naman ni Tolo na bumaba ang panyo ay bumaba rin iyon.

"Diyan na kayo," sabi ng isda na biglang lumubog at naglaho.

Hindi mapalagay ang magkapatid na Berto at Tolo. Kinabukasan ay humingi sila ng salapi sa sutlang supot at sila'y nagpagawa ng maiinam na damit. At buhat noon ay namuhay sila nang totoong masagana. Subalit si Periking ay kanilang inaping lubha. Iniwan nila ito at hindi isinama nang pumunta sila sa Pangasinan.

Sa kaniyang pag-iisa sa bahay ay laging umiiyak si Periking.

Isang hapon ay naisipan niyang hanaping muli ang malaking

apahap sa ilog. Dinala niyang muli ang bola ng pisi ng kaniyang mga kapatid, tinalian sa dulo ng isang kaputol na kawayan, at ipinaanod na gaya rin noong hapong unang gawin niya iyon. Nang maubos na ang pisi ay siyang paglapit sa kaniya ng isang matandang lalaking nakatungkod at sa kaniya'y nagwika ng ganito:

"Tong, iligpit mo na ang pisi at si apahap ay di na pahuhuling muli; tutulungan kitang magligpit ng pisi."

Matapos na maikid ni Periking ang mahabang pisi ay niyaya siya ng matanda. Dahil yamot na sa kaniyang kalagayan ay sumama siya sa matanda nang walang tanong-tanong kung saan sila pupunta. Nang sila'y makalabas na ng bayan ay naupo sila sa tabi ng daan, sa isang maputing bato.

"Tong, tayo ay magpahinga nang kaunti."

"Ano po ba ang pangalan ninyo?" tanong ni Periking sa matanda.

"Ingkong Huse."

"A, Ingkong Huse," ulit ni Periking.

"Tingnan mo, tong," at dumukot sa kaniyang bulsa ng isang sombrerong malambot, "ito ay isuot mo. Pagkasuot mo'y huwag mo nang huhubarin."

"Bakit po?" ang tanong ni Periking.

"Pagkat pag hinubad mong bigla at hindi ka nagwika ng: Hesus, Maria'y Hosep, ay lalabas diyan ang kulog at kidlat."

"Ganoon po ba?"

"Subukin mo. Wala namang tao sa dakong ito," utos ng matanda.

Sinubok nga ni Periking. Hinubad niyang bigla ang sombrerong engkantado. Sumambulat ang kidlat at dumagundong ang kulog.

"Magaling nga pala, Ingkong Huse, itong sombrero mo," ani Periking na humahanga.

"Ito nama'y isang kumot na puti," wika ng matanda at dumukot sa bulsa ng isang maliit na kumot.

"Ano po ang kumot na ito?" tanong ni Periking.

"Upang huwag kang mamatay nang gutom ay maaari mo itong gamitin. Kapag nagutom ka ay humingi ka ng ibig mong pagkain at kahit na anong dami ay bibigyan ka ng kumot na iyan. At hindi man pagkain ang kailangan mo, ay ibibigay sa iyo niyan."

"Naku, kay buti ninyo, Ingkong Huse," at humalik si Periking sa kamay ng matanda.

"Mayroon pa, tong," sabi ng matanda, na may dinukot sa bulsa, "ang plawtin na ito, na yari sa kawayan. Kapag tinugtog mo ay sasayaw na pilit ang lahat nang abutin ng tunog nito, at hindi sila titigil nang katatalon at kasasayaw. Iyan ang mahiwagang plawtin na ginamit ni Haring David noong siya'y hamak na pastol pa lamang."

"Kay inam!" tugon ni Periking na tuwang-tuwa.

"Sa lahat ng iya'y itinatagubilin ko sa iyo ang wastong paggamit, sa ganap na panahon. Ngayon ay tayo na sa Pangasinan, nang mailigtas mo na ang dalawa mong kapatid na ngayo'y napipiit."

"Ganoon po ba?"

"Oo, nakabilanggo sila."

"Hindi po ako tatagal nang lakad, Ingkong Huse."

"Ako ma'y hindi rin, kaya tayo'y hindi maglalakad. Dadalhin tayo nitong aking tungkod." Nakita ni Periking na ang tungkod

ng matanda ay may bulaklak pa sa dakong puno. "Hala, tong, humawak kang mabuti sa tungkod," at silang dalawa'y humawak sa tungkod. Inilipad sila agad nito sa himpapawid.

11

Sa isang kisapmata'y dumating sila sa Pangasinan.

"Narito ka na," sabi ng matanda. "Ito ang gobyerno, dito nakatira ang gobernador na may anak na dalaga."

Nawala si Ingkong Huse.

Sinimulan ni Periking ang pag-uusisa. Nalaman niyang sinamsam ng gobernador ang lahat ng galíng ng mga binatang ibig mapangasawa ang kaniyang anak na dalaga. Ipinakulong silang lahat ng gobernador.

Nakiusap si Periking sa bantay na ibig lamang niyang makausap ang mga kapatid. Pinahintulutan naman siyang pumasok. Pagkakita ng dalawang magkapatid kay Periking ay niyakap nila ito at nag-iiyak na parang mga bata. Humingi sila ng tawad sa kaniya at nangakong di na muling gagawin ang ginawa. Ikinuwento nila kay Periking ang pandaraya sa kanila ng gobernador, at sabay ang daing ng lahat na sila'y pinapatay sa gutom.

"Huwag kayong mag-alala," sabi ni Periking, at noon din ay dinukot sa kaniyang bulsa ang kumot na puti. Inilatag ito sa gitna ng kulungan at humingi si Periking ng pagkaing sapat para sa lahat ng preso.

Bigla'y sumulpot sa ibabaw ng kumot ang mga pinggang ginto na puno ng masasarap na pagkain. Parang mga asong gutom na dinaluhong ng mga preso ang hain ni Periking. Palibhasa ay na-pakabait at may pusong ginto, niyakap niya ang mga kapatid at nangakong igaganti silang lahat sa pandaraya ng Gobernador.

Natuwa ang lahat ng preso at sumigaw, "Mabuhay si Periking, ang bagong Mesiyas!"

Napuna ng gobernador ang pagkakagulo ng mga preso. Nagsumbong ang bantay na nagsikain ang mga nakapiit ng masasarap na pagkain sa mga pinggang ginto.

Sumilakbo ang galit ng gobernador sa pag-aakalang may inililihim sa kaniya ang mga preso. Ipinatawag niya ang nagpa-kain sa kanila.

Si Periking ay di nangiming humarap sa gobernador.

"Ikaw ba ang naghain ng masasarap na pagkain sa mga preso?" tanong ng gobernador.

"Opo, at sila po'y hinainan ko sa mga pinggang ginto."

"Ha? Sa mga pinggang ginto?" sabi ng gobernador na namangha.

"Opo, mahal na Gobernador, sa mga pinggang ginto po."

"Ibigay mo sa akin ang galíng mong iyan!" wika ng gobernador.

"Hindi ko po maibibigay," matigas na sagot ni Periking.

"Hindi mo maibibigay?" ulit ng gobernador na patanong.

"Hindi po, hindi!"

"Pangahas ka!" tungayaw ng gobernador.

"Pangahas nga po ako," pag-amin naman ni Periking.

Lalong galit na sinugod bigla ng gobernador si Periking. Mabilis na hinubad ni Periking ang kaniyang sombrero at nagpugay sa gobernador. Sa gayon ay umugong sa palasyo ang kulog at sumambulat ang kidlat. Humaging ang kulog at kidlat sa ilalim ng mga paa ng gobernador na patalon-talon at ibig himatayin sa takot.

Nang isuot ulit ni Periking ang kaniyang sombrero, naglakas-lakasan ng loob ang gobernador at sumigaw, "Mga bantay, hulihin ito!"

Nagtangkang hulihin si Periking ng mga guwardiya sibil. Dagli ay binunot ni Periking sa kaniyang bulsa ang plawtin at binirahan ng tugtog nang ubos-lakas. Lahat ng tao, mga guwardiya sibil, at ang gobernador, ang mga pamilya nito, ang mga preso, lahat ng abutin ng tunog ng plawtin ni Periking ay hindi tumigil sa pagsasayaw at pagtalon. Humihingal na ay di pa sila makatigil.

Nang makita ni Periking na ang lahat ay hapong-hapo na ay tumigil siya ng pagtugtog at nilapitan ang gobernador.

"Ano, Gobernador, suko ka na?"

"Oo, suko na ako," sagot ng gobernador.

Subalit ang sagot palang iyon ay isang panlilinlang lamang kay Periking. Humudyat ang gobernador sa sarhento ng guwardiya sibil. Binunot nito ang rebolber. Inalis naman ni Periking ang sombrero. Agad na nawalan ng malay ang sarhento nang hagingan siya ng kulog at kidlat sa may punong tainga.

"Ngayon din ay pabuksan mo ang kalaboso," sigaw ni Periking.

"Hindi maaari," tutol ng gobernador.

"Hindi pala maaari?" at bigla'y bumulusok ang kulog at kidlat, saka dinukot na muli ang mahiwagang plawtin.

"Suko na ako," sabi ng gobernador, "huwag mo lamang tug-tugin ang demonyong plawting iyan. Si Satanas ba ang nagbigay sa iyo ng plawting iyon?"

"Loko! Ito'y bigay sa akin ni Ingkong Huse."

"A!" ang tanging nasabi ng gobernador.

Nabuksan ang pinto ng kalaboso, nagsilabas ang mga bilanggo, at nagsiakyat sa palasyo ng gobernador.

Ang mga galíng na sinamsam at nilupig ng gobernador sa mga lalaking nagnais na mapangasawa ang kaniyang anak ay nakalagay na lahat sa isang estanteng may salamin. Iniutos ni Periking na kunin sa estante ang kani-kaniyang galíng.

Ang kagalakan ay naghari sa madla. Ang gobernador ay nag-ing basang-sisiw.

Si Periking ay sumigaw ng malakas, "Sino sa inyo ang ibig pakasal sa anak ng gobernador?"

"Sa amin ay walang may ibig," ang sagot ng lahat.

"Si Periking ang dapat pakasal!" sigaw nila.

"Ako'y maliit pa," pagtutol ni Periking, "subalit maaaring ako'y lumaki ngayon din sa harap ng madla," at inilatag ni Periking ang mahiwaga niyang kumot at siya'y tumayo sa gitna, saka nagwika:

"Palakihin mo ako ngayon din!" Bigla'y lumaki siya, gayon din ang kaniyang damit. Nabighani kay Periking ang anak ng gobernador. Nang oras ding iyon ay ginanap ang kasalan.

Hiniling ni Periking sa mahiwagang kumot ang mga damit na isusuot nila sa pag-iisang dibdib.

Ang kasalan ay pagkasaya-saya at ang buong bayan ay nagalak.

Wakas

Ang Karosang Ginto

Noong unang panahong tayo'y hindi pa nasasakop ng Krus at Sandata ng mga Kastila, maraming mga kahariang maliliit dito sa atin na may hari ang bawat malaking pook. Noon ay hindi pa kilala rito ang mga tinatawag na lalawigan.

Ang hari sa dakong Silangan nang panahong iyon ay may anak na isang pagkaganda-gandang prinsesa, na tumuntong na sa sapat na gulang upang makapag-asawa. Ang pangalan ng prinsesang ito ay Bituin.

Nang panahon ding iyon ay may isang mamamayan sa kaharian ng Tondo na nagngangalang Panahon. Isa siyang mabait na lalaki na mabuting magmahal sa mga anak.

Si Panahon ay may tatlong anak na lalaki, na pawang mabubuti at maiinam ang tindig. Sila ay sina Loob, Budhi, at Diwa.

Ang tatlong magkakapatid ay may kani-kaniyang ugali. Si Loob ay totoong mahilig sa pagtuklas ng mga karunungan. Bagama't siya'y walang mga aklat ay masikap siya sa pag-aaral ng sari-saring bagay. Mula sa mga Tsino ay natuto siyang magplatero, makagawa ng mga singsing at mga alahas na ginto o pilak, na ginagamit na mga palamuti sa paa at kamay ng mga tao noong panahong iyon.

Si Budhi nama'y napakasipag magbungkal ng lupa. Marami siyang inaaning palay at mais na kinakain nila at ipinagpapalit pa ang iba.

Subalit si Diwa, ang bunso sa tatlo, ay ayaw magtrabaho. Siya'y isang binatang mapangarapin at matulain, at dahil dito ay kinagigiliwan ng madla, lalo na ng mga babae.

Si Diwa, bagama't ayaw maghanap ng kanilang ikabubuhay, ay siya ring mahal kay Panahon. Kapag si Loob at si Budhi ay humaharap sa kanilang ama, at isinusumbong ang kanilang kapatid na si Diwa na sila'y ayaw tulungan—si Loob, sa kani-yang pagpaplatero, at si Budhi sa kaniyang pagbubungkal ng lupa—si Panahon ay walang isinasagot kundi:

"Huwag kayong mainggit. Hayaan ninyo si Diwa. Ang kapatid ninyong iyan ay inilalaan ni Bathala sa malalaking bagay."

"Idinamay pa si Bathala! Kaya nagiging ulol iyan at nuno ng katamaran ay dahil sa lisyang pagmamahal ni Tatang," wika ng dalawa. Nagpatuloy ang kanilang maunlad na pamumuhay dahil sa kasipagan.

Samantala ay ipinakalat ng hari sa Silangan na ipipili niya ng magiging kaisampalad ang tangi niyang anak, ang prinsesa na kung tawagin ng madla ay Bituin ng Silangan. Tatanggapin niya ang mga binatang magnanais na maging asawa ng kaniyang anak at ang karapat-dapat ang pagsasalinan ng kaniyang pagka-hari.

Nagkagulo ang mga kabinataan dahil sa balita. Marami ang lubhang nagnais na mapangasawa ang magandang prinsesang si Bituin ng Silangan.

"Mga anak ko!" ang sabi ni Panahon sa kaniyang mga anak, isang umagang katatapos nilang mag-agahan, "hahayaan ba ninyong ang Prinsesa Bituin ay mapakasal sa ibang binata? Hindi ba kayo nahihiya sa inyong sarili? Kayong tatlo na bantog na bantog sa kakisigan at kagandahang lalaki, ay patatalo sa iba? Hindi ba ninyo dadayuhin ang prinsesa? Sayang ang pagka-kataon na di na muling mauulit pa."

"Kami nga, Ama," ani Loob, "ay nag-iisip na dumalo sa Silangan."

"At may balita kaming wala raw kasingganda ang prinsesang iyan!" ang sabi naman ni Budhi.

"Ako ma'y gayon din, Ama ko!" ang sabi rin ni Diwa.

Si Loob at si Budhi ay namula agad sa galit nang marinig nila na si Diwa ay paparoon din sa Silangan.

"Diwa, ikaw ba'y naloloko? At ano ang ihaharap mo sa Mahal na Hari at sa magandang prinsesa? Ang iyo bang katamaran?" sabi ni Loob na tigib ng galit.

Si Diwa ay walang kaimik-imik, ngunit ngingiti-ngiti.

"Hala, pumaroon ka, at nang papugutan ka ng ulo ng haring ama ni Bituin, pagkat ikaw ay napakatamad. Isipin mong ang hari sa Silangan ay napakatampalasan."

Kahabag-habag ang anyo ni Diwa iniwang mag-isa ng kani-yang mga kapatid.

Nilapitan siya ni Panahon at niyakap. "Diwa, ikaw ay pu-maroon. Walang nakaaalam ng kapalaran ng tao maliban sa Maykapal."

Nauna sa kaniya ang dalawang nakatatandang kapatid. Sila'y malugod na pinatuloy ng ama ni Prinsesa Bituin. Nagpakilala ang dalawang binata bilang anak ni Panahon, na natukoy ng hari bilang mabuting mamamayan.

Tinawag ng Mahal na Hari si Bituin. Paglabas nito'y napatindig na bigla ang magkapatid at nagpugay:

"O, bathala ng ganda!" ani Loob.

"O, bituing maluningning!" ani Budhi.

"Subalit mga kaibigan," sabi ng hari, "ako'y may isang kahilingan lamang at ang makaganap ng kahilingan ko ang pag-aabutan ko ng kamay ni Bituin."

"Ano po iyon?" sabay na tanong ng magkapatid na parehong kinakabahang baka hindi nila kaya ang hihilingin ng Mahal na Hari.

"Ipakakasal ko si Bituin sa binatang makapagdadala rito sa akin ng isang karosang ginto, na hila ng anim na kabayong abuhin, na ang kutsero'y isang makisig na ita, na nakasalakot ng kinayas na sungay ng baka at napapalamutihan ng maraming pilak. Sa tinurang karosa ay sasakay ang anak kong si Bituin at ang kaniyang makakaisang dibdib."

Sa kabigatan ng kahilingan ng Mahal na Hari, ang magkapatid ay napatigagal. Napailing sila sa isa't isa at nagpaalam na.

Sa paglalakad nila pauwi ay nasambit ni Loob, "Budhi, talagang hindi pag-aasawahin ng haring iyan ang kaniyang anak. Sino ang makapaghahandog ng karosang ginto?"

"Ang haring iya'y ibig na manloko lamang," ani Budhi.

"Ngunit, Loob, talagang napakaganda ng prinsesang iyon."

"Talagang bituing maluningning sa langit. Napakaganda nga. Walang katulad."

Nang magsidating si Loob at si Budhi sa kanilang tahanan ay

ibinalita nila sa kanilang mahal na ama ang kahilingan ng hari ng Silanganan.

"Mga anak ko, kayo'y huwag nang mag-isip pang mag-asawa sa prinsesang iyan. Saan kayo makakatuklas ng karosang lantay na ginto? Hindi maaari ang hinihiling ng ama."

Ang lahat ng iyon ay naririnig ni Diwa na tatawa-tawa lamang.

"Diwa," ani Loob, "kami ay tinatawanan mo pa. Kung ikaw ay magaling na lalaki ay paroon ka sa Silangan at ikaw ang mangahas; baka ikaw ang magkapalad sa prinsesa," ang turing ni Loob na isang pagkutya lamang kay Diwa.

"Paroon ka, baka sakaling ang haring ama ni Bituin ay hirangin ang isang taong tamad."

At nagtawa nang malakas si Loob at si Budhi.

"Ako, mga kapatid ko'y huwag ninyong iringin," ani Diwa. "Anong malay ninyo! Ang pag-aasawa'y suwertihan lamang. Baka ako nga ang hinihintay ng prinsesang iyan. Oo, pagkat malaon nang napapangarap kong ang mapapangasawa ko'y isang napakagandang prinsesa, na marahil ay isang bituin sa langit!"

"Ulol, magtigil ka," ani Budhi, "ang pag-aasawa'y hindi nakukuha sa pangarap!"

"Ako nga'y paroroon, at hihingin ko sa Mahal na Hari, ang kaniyang anak na si Bituin."

Si Budhi at si Loob ay napatawa nang malakas. Hindi umimik si Panahon pagkat siya'y naniniwala kay Diwa.

"Ikaw? Hihingin mo sa Mahal na Hari ng Silangan si Bituing anak niya?" ani Loob.

"Oo, ako; hihingin ko!" ang sagot ni Diwa na tigib ng tapang. "Daraanin ko sa lakas. Wala nga akong karosang ginto ngunit may lakas naman akong masupil ang aking kapwa."

"Tatang," ani Budhi, "pigilan mo ang anak mo't hindi na iyan makababalik na buhay."

Si Panahon ay hindi umimik.

"Kayo'y hindi naniniwala, at ako'y ipinalalagay ninyong ulol, pero ngayon ay ipapakita ko sa inyo ang lakas ko, kapangyari-han, at tapang."

"Talagang sira na, Tatang, ang isip ng anak mo!" ang bulong ni Budhi kay Panahon. "Ang mga makata'y ganyan, Ama ko, malimit na masira ang isip."

Nilapitan ni Diwa si Loob, na lubhang malaking lalaki, at biglang niyakap nang mahigpit at nilingkis. Si Loob ay nagsisi-gaw pagkat lumangitngit ang kaniyang mga buto.

"Patawarin mo ako! Naniniwala na ako! Bitiwan mo na ako, Diwa!"

At kung hindi nga nilubayan ni Diwa ay nalagot marahil ang hininga ni Loob.

Nang makita ni Budhi ang nangyari kay Loob ay hindi na siya pumayag pang mayapos ni Diwa.

"Nakita na ninyo," ani Panahon, "ang inyong pinagtatawa-nan? Hindi ulol ang anak kong iyan!"

Hindi pa rin isinama nina Loob at Budhi ang kanilang kapatid nang tumungo sila sa Silangan sa kaharian ng Prinsesa Bituin. Nalungkot si Diwa. Nagpaalam siya sa ama na magliliwaliw sandali sa parang.

Nang siya'y nasa loob na ng kagubatan, malayo pa'y nakita

na niya ang isang pagkalaki-laking sawang-bitin, na kasaluku-yang inaabangan ang isang malaking usa na noo'y nanginginain. Nang sandaling iyon ay naalaala ni Diwa ang sabi sa kaniya ng kaniyang mga ninuno na ang lakas ng sawa ay nasa dulo ng buntot, at kapag nakuha raw ang dulo nito na kasama ang kukong ipinapako ng sawa sa kaniyang mga nililingkis, ay wala nang kalakas-lakas ang sawa, at ang taong nakakuha ng kuko ang siyang magkakaroon ng lakas na kahanga-hanga.

Si Diwa'y dahan-dahang umakyat sa punongkahoy na kina-bibitinan ng sawa. Itinaon niyang libang na libang ang sawa, at bigla'y hinawakan niya ang buntot, isinubo ito, at kinagat ang dulo. Nakuha niya ang kuko na naiwan sa loob ng kaniyang bibig. Siya'y hinabol ng sawa na galit na galit, ngunit hindi siya inabutan, pagkat siya'y nagpaikot-ikot ng pagtakbo. Nanghina na ang sawa.

Buhat noo'y nagkaroon ng pambihirang lakas si Diwa. Gaano man ang laki at bigat ng anumang bagay ay nadadala niya itong parang walang anuman.

Nalaman ni Diwa na ang dalawa niyang kapatid ay patuloy pa rin sa paghahanap ng mina ng ginto kung saan-saang bulubun-dukin. "Kung sila ay makakahanap ng ginto, di higit at lalo ako, pagkat 20 ulit na pako ng kanilang asarol, sa isa ko lamang ay higit na ako sa kanila; makalibong laki ang matitibag ko kaysa kanila."

Isang paroon lamang niya sa Sinukuan ay kay dami niyang gintong nakuha, subalit malayo pa ring makabuo sa gintong iyon ng isang karosa.

Nang si Diwa'y pababa na ng bulubundukin ay may nasalu-bong siyang isang lalaki.

"Sino ka, at bakit ka naririto?" anang nakasalubong ni Diwa.

"Ako'y si Diwa," ang tugon nito, "ano ang pakialam mo sa akin? At ikaw ba nama'y sino't tatanong-tanong ka?"

"Ako ang may-ari ng lahat ng ito!" at itinuro ang lahat ng kanilang inaabot ng paningin.

Si Diwa'y napatawa, at naibulong sa sarili, "Sinasama rin naman ako, nakatagpo pa ako ng sira ang isip," at biglang niyakap at nilingkis siya.

"Bitiwan mo ako, tayo'y magkaibigan na! Napakalakas mo pala. Ako'y si Hangin," itinaas ang mga kamay at umihip, at bigla'y dumating ang bagyo. Nabali't nabunot ang mga kahoy sa paligid nila.

"Sukat na, magkaibigan na tayo," ani Diwa, "tayo'y magka-toto na!"

"Magkatoto na tayo. Anumang oras at ikaw ay sumipol, kaibigang Diwa, ay darating ako sa tabi, upang gumanap ng iyong ibig."

Sila'y nagyakap at naghiwalay na.

Tuloy na ng paglakad si Diwa. Maya-maya'y nakasalubong naman niya ang isang taong napakatangkad, at ang mga mata'y nangingintab na parang may salamin.

"Sino ka?" ang tanong ni Diwa.

"Huwag kang ganyan, ako'y mabuting kaibigan...ninuman."

"Kai-kaibigan!" at biglang nilingkis ni Diwa, "ano, suko na?"

"Oo, suko na ako, ako'y alagad mong tunay, na iyong mapag-uutusan. Huwag mo na akong lingkisin."

"At ano ang karunungan mo? Sino ka?"

"Ako'y si Pananaw!"

"Pananaw?"

"Oo, anumang layo, ay maaari kong matanaw at makita ng dalawa kong mata."

"Siyanga ba?"

"Mag-utos ka."

"Ang mga kapatid ko'y nagtungo sa bundok ng Banahaw. Tanawin mo kung ano ang kanilang ginagawa."

Si Pananaw, ay sandaling nagpako ng kaniyang tingin sa dakong Hilaga at nagsabi:

"Sila'y pauwi na masasama ang mukha, mga mukhang galit."

"Tingnan mo nga kung may dala sa baywang...sa kamay."

"Walang dala sa baywang; sila'y may dalang tig-isang asarol na pasan-pasan nila. Tila pagod na pagod."

"Walang nakuha!" ang nasabi sa sarili ni Diwa, "nabigo sila."

Bago magpaalam ay nangako si Pananaw, "Sakali't ako'y kailanganin mo, ay bumulong ka lamang ng: "Tanaw! At dadating ako, asahan mo."

"Salamat, katoto," at sila'y nagkamay at naghiwalay na.

Hindi pa lubhang malayo ang nalalakaran ni Diwa, ay na-kasalubong na naman siya ng isang mahiwagang tao, na sinino rin siya:

"Sino ka't hanggang dito'y nakarating?"

"Ako si Diwa, na anak ni Panahon. Ako'y panginoon ng aking sariling nais," at biglang niyakap ang kausap at nilingkis.

"Patawarin mo ako! Ako'y suko sa iyo!"

"Hanggang hindi mo sinasabi kung ikaw ay sino, ay hindi kita lulubayan."

"Ako'y si Bilis!"

Binitiwan siya ni Diwa.

"Si Bilis? Ipamalas mo nga sa akin ang kabilisan mo!"

"Narito na," ani Bilis at niyakap naman si Diwa, at itinakbo nang pagkabilis-bilis. "Ano, naniniwala ka na, kaibigan?"

"Oo, tayo'y magkaibigan na. Ako'y naniniwala na sa bilis mo."

"Ako'y alagad mo, kaibigang Diwa. Tawagin mo lamang ang pangalan ko kung ako'y kailangan mo, at darating agad ako."

"Nakahihigit na ako sa aking mga kapatid," ang sabi sa sarili ni Diwa, "madali akong makararating saan ko man ibigin. Pasasama lamang ako kay Bilis ay naroon na ako agad, at ipatatanaw ko lamang kay Pananaw ang laman ng bundok ay malalaman ko na kung maraming ginto o wala."

Ang magkapatid na si Loob at si Budhi, ay nagbago ng pinatunguhan. Sila'y lumipat sa Ilog ng Gapang, pagkat balitang-balita, na ang buhangin sa tinurang ilog ay may kahalong maraming pulbos na ginto na mataas ang uri.

Sinundan ni Diwa si Loob at si Budhi sa paghanap ng mga ito ng buhangin sa Ilog Gapang. Nakita ni Diwa na walang mangyari sa kaniyang mga kapatid. May ginto nga sa tinurang ilog, ngunit kailangan ang maluwat na panahon upang makatipon ang isang tao ng isang garapita.

Nang nagsisikain si Loob at si Budhi sa pasigan, ay nilapitan sila ng isang matandang lalaking ketongin, na ang anyo ay totoong nakapandidiri.

"Mga amang, ako'y inyong limusan ng kaunting makakain!" anang leproso.

"Hoy, naku," anang dalawang magkapatid, "lumayo ka't baka kami ay mahawa sa iyo."

"Sa amin ay kulang pa itong baon namin," ani Loob pa.

"Wala kaming maibibigay sa iyo," ang sabi naman ni Budhi.

Ang matanda ay lumakad na, at sa malayo-layo nang kaunti ay nakita naman niya si Diwa. Nilapitan din niya ito.

"Atong, kaunting pampatay-gutom nga diyan," anang matandang ketongin kay Diwa.

"Tanda," ani Diwa, "ang balutang iya'y may lamang kanin at ulam, iyo nang lahat, ako'y pauwi na rin lamang."

"Salamat sa iyo at mag-utos ka! Kaibigan, kahit ganitong may sakit at pinandidirihan ng maseselan, ay maaaring makapaglingkod din. Ano ba ang pakay mo sa pook na ito?"

"Sabihin ko man sa iyo, matanda, ay wala ka ring magagawa."

"Subukin mo, atong!" anang pulubing tatawa-tawa.

"Ang ipinarito ko po'y upang dumukal ng maraming ginto na magagawang karosa, na hihilahin ng anim na kabayong abuhin, na rerendahan ng isang makisig na kutserong ita, at ihahandog ko kay Bituing Prinsesa ng Silangan."

"Aabutin ka ng pagkamatay, ay hindi ka makadudukal ng ganoong karaming ginto. Ikaw ba'y may nahahanda nang kabayong abuhin?" ang tanong ng matanda.

"Wala nga po!"

"Huwag ka nang magpakapagod pa at sayang lamang. Ni isa sa mga pulo ay walang sapat na ginto upang makagawa ng isang karosa."

"Tila nga!" ang marahang sagot ng nanlulupaypay na si Diwa.

"Huwag kang malungkot," sabi ng matanda, "kailan mo ba kailangan ang karosang ginto, na hila ng anim na kabayong abuhin, na ang kutsero'y ita?"

"Sa loob po sana ng madaling panahon!"

"Bibigyan kita ng karosang ginto na hila ng anim na kabayong abuhin, na rerendahan ng isang ita, at lahat na ng iyong kailangan."

"Ano po?" ang buong pagkamangha'y nabigkas ni Diwa. "Tunay po ba? Kung gayon ay bigyan ninyo ako ng isang mainam na kasuotan; isang magarang damit prinsipe."

"Magkakaroon ka ng lahat ng iyong kailangan, bukas din, sa tapat ng iyong bintana."

Napatungo si Diwa sa pagpipigil na matawa. Hindi siya naniniwala sa matanda. Nang tumingala siya ay hindi na ang matandang ketongin ang kaniyang nakita kundi si Hesus. Si Diwa ay nagulat.

"Sino ka bang kausap ko?" ang tanong ni Diwa.

"Ako'y hindi mo pa nakikilala, subalit malapit na ang araw na paririto ang mga anak ko sa Kanluran at kayo'y sasakupin. Makikilala mo ako, ako'y si Hesus," at biglang nawala.

Nang panahong iyon ay malapit nang dumating sa mga pulong ito si Magallanes.

Natutulog pa si Diwa ay pinukaw na ng kaniyang mahiwagang kaibigan—hindi ng matandang 'leproso' kundi ng marikit at nagliliwanag na mukha ni Hesus, na nagpakilala kay Diwa.

"Diwa, magbangon ka na at nariyan na sa tapat ng iyong bintana ang iyong hinihintay. Narito ang damit mong isusuot." Pagkaabot kay Diwa ng damit na nakasisilaw pagkat nabuburdahan ng ginto, mga perlas, at mga diyamante, ay nawala ang mahiwagang kaibigan ni Diwa.

Si Diwa'y dumungaw at tiningnan kung tunay ngang may

karosang ginto sa tapat ng kanilang bahay. Nang makita niyang mayroon nga ay naitanong niya sa sarili kung siya kaya'y nanga-ngarap lamang.

Ngunit hindi siya nangangarap, naroroon nga ang karosang ginto na hila ng anim na kabayong abuhin, at may kutserong ita. Nagsasayaw siya sa tuwa.

Ang dalawa niyang kapatid ay wala roon pagkat ang mga iyon ay hindi nagsisiuwi kundi minsan lamang sa isang linggo.

Si Panahon ay nagising sa kasasayaw ni Diwa.

"Ama ko!" ani Diwa, "akin na si Bituin. Tingnan mo, ang karo-sang ginto na kaloob sa akin ng isa kong mahiwagang kaibigan!"

Sa galak ay niyakap na muli ni Panahon si Diwa. "Sinabi ko nang ikaw ay inilalaan ni Bathala sa malalaking bagay! Patungo ka na sa pagiging hari."

At si Diwa'y naparoon na sa Silangan upang hingin ang kamay ni Bituin.

Natigilan at nagtaka ang ama ng prinsesa nang dumating sa kaharian si Diwa sakay ng karosang ginto, hila ng anim na kabayong abuhin, na may kutserong ita.

"Ikaw baga'y sino at sinong hari ang iyong ama?" ang tanong ng Mahal na Hari kay Diwa.

"Ako, Mahal na Hari, ay anak ni Panahon na ubod ng yaman, sa kaharian ng Raha Matanda."

Sa loob ng silid ay kinausap ng hari ang kaniyang anak.

"Bituin, kailangang mapasaakin ang karosang ginto, ngunit huwag kang magpakasal sa kaniya."

"Huwag, Ama ko, huwag kang magbalak ng masama sa kaniya!" sabi ni Bituin na lumuluha.

"Siya'y uutusan kong kumuha ng isang sarong tubig sa batis ng bundok ng Banahaw, pagkat ang tubig na iyon ay siyang makagagaling sa iyong sakit."

"Ako'y walang sakit, Ama ko!"

"At si Higante na ating alagad ay uutusan ko ring sabay sa kaniya. Kapag siya'y naunang nakabalik dito ay ipakakasal kita sa kaniya, subalit kapag nauna si Higante ay papupugutan ko siya ng ulo."

"Huwag, Tatang, huwag mo siyang ipapatay, pagkat napaka-gandang lalaki ni Diwa! Huwag, Tatang!"

Gayon nga ang sinabi ng hari kay Diwa. Si Bituin ay hindi na lumabas ng silid pagkat tumatangis at naaawa sa kasasapitan ni Diwa. Inabangan na lamang niya si Diwa nang papaalis na ito.

"Diwa kong minamahal, kaiingat ka, ang ama ko'y napaka-sakim. Nais niyang mapasakaniya ang karosang ginto gayon din ang mga kabayo. Ibig niyang mauna sa iyo si Higante at nang ikaw ay mapapugutan ng ulo."

"Bituin ko! Huwag kang mag-alala, nalalaman ko ang aking gagawin." Sila ay naghalikan, at saka nagsimula ng paglakad si Diwa. "Kay sarap na pabaon!" sabi ni Diwa sa sarili.

Si Diwa'y may dalang saro. Lumabas si Higante na may dala ring saro. Sa simula, sila'y panabay na nagsilakad, ngunit dahil lubhang malaki ang mga hakbang ni Higante ay naiwan si Diwa nang malayo. Hindi na matanaw ni Diwa si Higante.

"Mamamatay ako!" ang sabi ni Diwa na kabit-kabit ang hingal, at siya'y napaupo na lamang sa tabi ng daan.

Biglang naalala ni Diwa ang kaibigan niyang si Bilis.

"Ako nga pala'y hindi kailangang magpagod, nalimutan ko si Bilis," bulong ni Diwa sa sarili. "Bilis!" ang kaniyang sabing halos ay pabulong lamang.

Si Bilis nama'y dumating agad-agad.

"Mag-utos ka, katoto!" ani Bilis.

Sinabi ni Diwa kay Bilis ang nangyari sa kaniya.

"Walang anuman iyan!" ani Bilis, "ngayon din ay dadalhin ko sa iyo rito ang tubig. Ibigay mo sa akin ang saro. Ikaw ay huwag aalis dito," at si Bilis ay parang hanging nawala.

Si Diwa'y nakatulog sa pagod. Nang siya'y magising ay tumingala't minasdan ang taas ng araw.

"Tanghali na!" ang sabi ni Diwa sa sarili. "Ano kaya ang nang-yari kay Bilis at hindi pa nagbabalik?" sabi ni Diwa pa na inip na inip na sa paghihintay. "Napatay kaya si Bilis ng higante?"

Hindi niya nalalaman, si Bilis ay nadaya ng higante. Sabay silang dumating sa batisan ng Banahaw, at ganito ang nangyari:

"Sino ba kaibigan ang ibig ng tubig na ito?" ang tanong ni Higante kay Bilis.

"Walang nag-uutos sa aking sinuman," sabi ni Bilis. "Ang ina ko'y may sakit, ibig kong painumin ng mahiwagang tubig na ito."

"Mabuti nga ang tubig na ito," sabi ng higante. "Halika't tayo'y magpahinga muna," at sila'y naupo. Dinukot sa likod ng higante ang isang bumbong. "Uminom tayo nito; ito'y masarap na tuba ng Sasa...."

"Oo, uminom tayo," sabi ni Bilis at uminom ng marami.

Hindi nalalaman ni Bilis na ang tubang iyon ay mahigpit palang pampatulog. At pagdaka nga'y nakatulog nang mahim-bing si Bilis. Sa kaniyang pagkakatulog ay nilisan siya ng higante pagkat ito ay napakatuso. Sumaloob ng higante na baka si Bilis ay alagad ni Diwa.

Nang si Diwa'y inip na inip na, ay tinawag si Pananaw:

"Mag-utos ka, katoto!" ani Pananaw.

"Kaibigan, ibig kong malaman kung ano ang nangyari kay Bilis at nawala na."

"Saan mo ba inutusan, kaibigang Diwa?"

"Sa bundok ng Banahaw, upang kumuha ng isang sarong tubig."

Iniunat ni Pananaw ang leeg, at tumanaw sa dakong Hilaga.

"Naku, Diwa, natutulog nang mahimbing si Bilis!"

"Natutulog? Malaking sakuna!"

"Mahimbing na mahimbing."

"Pananaw, masdan mo nga kung saan naroon ang higante, na kasabay niyang kumuha ng tubig!"

Iniunat na naman ni Pananaw ang kaniyang leeg.

"Malapit na rito ang higante na may malalaking hakbang."

Si Diwa'y nag-alumpihit at nagkamot ng ulo:

"A!" ang sabi sa sarili ni Diwa, "nalalaman ko na ang dapat kong gawin!" at kaniyang tinawag si Hangin. Si Diwa'y sumipol at agad dumating si Hangin.

"Mag-utos ka, katoto!" ani Hangin.

"Kaibigang Hangin, nais ko'y itaboy mo ng iyong lakas ang higanteng dumarating; Pananaw, sabihin mo nga sa kaniya kung saan naroon sa oras na ito ang Higante."

"Hayun, at naglalakad sa kaparangan ng Tayabas sa tapat na ito," ani Pananaw.

Pinabulusukan ni Hangin ng matinding ipuipo ang higante. Ito nama'y nagkabali-baligtad at tinangay ng ipuipo sa itaas. Bumalik siya sa pinagbuhatan at napakabila pa ng malayong-malayo sa bundok ng Banahaw.

"Malayong-malayo na," ani Pananaw, "ang demonyong higante. Hintay ka't gigisingin ko si Bilis."

Pinabulusukan ni Hangin ng kaniyang lakas si Bilis. Nakita ni Pananaw na nagulat, at biglang nagbalikwas na tumakbo. "Gising na si Bilis," ani Pananaw.

Hindi nangalahati ang isang sigarilyo, at dumating na si Bilis at ibinalita kay Diwa na siya'y nalinlang ng higante.

Nagpasalamat si Diwa sa kaniyang mga katoto, at siya'y nagtuloy na sa palasyo ni Bituin. "Mahal na Hari, narito po, ang mahiwagang tubig!" ani Diwa.

Inabot ng hari ang saro, at inamoy.

"Ito nga, amoy asupre!"

Ang hari ay takang-taka kung paanong naunahan ni Diwa ang kaniyang higante.

Nang handa na ang lahat sa pag-iisang-dibdib ni Diwa at ni Bituin, ay nagsidating ang mga kapatid ni Diwa, si Loob at si Budhi, pati ang kanilang matandang amang si Panahon.

Nagsisimula na ang seremonya ng kasalan nang dumating ang higanteng alagad ng ama ni Bituin na hapong-hapo at hina-habol ang hininga.

"Ano ang nangyari sa iyo?" ang tanong ng Mahal na Hari sa kaniyang higante.

"Mahal na Hari! Ang nangyari po sa akin ay ngayon pa la-mang nangyari sa buhay ko. Nang ako po'y malapit na rito at halos isang hinga na lamang at maiaabot ko na sa inyo ang saro ng tubig, at nang ako'y matahimik na naglalakad sa kaparangan ng Tayabas, at ang panahon ay pagkainam-inam, ay sinagupa ako ng isang napakalakas na ipuipo. Ako'y bumaligtad, tinangay ako sa itaas, at doon ako inilagapak sa kabila pa ng Banahaw."

"Kataka-taka!" anang Mahal na Hari.

Si Diwa'y tatawa-tawa lamang.

"Diwa, ikaw ang may gawa noon, hane?" ang bulong na tanong ni Bituin. "Talagang ikaw ay napakarunong, Diwa."

Ginawa na ang kasalan sa harap ng makapal na tao. Naroon at kalahok si Panahon at ang dalawang kapatid ni Diwa.

Si Bituin at si Diwa'y namuhay nang maligaya.

Hindi naglipat-taon, ang haring ama ni Bituin, ay dinapuan ng mabigat na sakit. Tinawag nito si Diwa na kaniyang manugang at nagtagubilin.

"Mahalin mo ang bugtong kong anak na si Bituin; sa iyo ko isasalin ang aking pagka-hari pagkat ikaw, Diwa, ay karapat-dapat. Maging maligaya nawa kayo."

At si Diwa nga ang naging matalinong Hari sa Silangan.

Sina Loob at Budhi ay ginawa niyang mga punong kawal.

Wakas

Ang Sula ng Sawa

Noon sa isang kubo sa labas ng bayan ay may mag-amang nakatira— ang tamad na anak na si Kaliskis at ang ama niyang si Salim na madalas siyang kagalitan dahil laging pahiga-higa sa sahig ng bahay.

Noong isilang siya ng ina ay tinawag na Tawak ni Salim dahil sa maliit na ahas na kasabay niyang isinilang. Sa kalaunan ay nakilalang Kaliskis si Tawak dahil nakitaan ito ni Salim ng tatlong maliliit na kaliskis sa gitna ng likod. Nang lumaki ang ahas ay nanirahan ito sa silong ng bahay at kung hatinggabi na lamang umaakyat upang tabihan si Kaliskis sa pagtulog. Takot ang mga ahas kay Kaliskis. Kapag may natutuka ng ahas, at ang natuka'y nakatakbo kay Kaliskis, iyon ay ligtas na't hindi mamamatay. Sisipol lamang siya at sisipot na't haharap kay Kaliskis ang maraming ahas, at kung sino ang huli sa lahat ng gumagapang at tungo ang ulo ay siyang nakatuka. Si Kaliskis ay kukuha ng isang tinting, at papaluing makaitlo ang ahas na may kasalanan, at sabay ang sasabihin, "Ngayon din ay pagalingin mo ang tinuka mo."

Ang ahas na iyon ay dali-daling aalis at babalik din agad na may kagat na damo na nginangata at iluluwa sa tapat ng pantal na kaniyang tinukaan. Gagaling naman ang taong iyon.

Isang araw ay napuna ng kaniyang ama na sila'y wala nang kahoy na panggatong. Nilapitan ni Salim si Kaliskis na nakahiga pa't nag-iinat, gayong tanghali na.

"Kaliskis, tayo'y wala nang panggatong."

"Opo, Tatang, ako'y puputol," ang sagot ni Kaliskis, subalit tuloy rin siya sa pagkahiga.

Nang makalipas ang may kalahating oras ay lumabas na muli si Salim, ngunit nakita niyang si Kaliskis ay hindi pa rin tumitinag sa pagkakahiga.

"Ano ba, Kaliskis, ikaw ba'y mangangahoy o hindi?"

"Mangangahoy, Tatang," ang sagot ni Kaliskis.

Alam ni Kaliskis na ang kaniyang ama'y masamang magalit, at kapag sinabing ikaw ay babambuhin ay humanda ka na't hahambalusin ka ng tukod ng bintana.

11

Pagdating ni Kaliskis sa gubat ay sinimulan niya agad ang pagputol ng mga tuyong sanga. Tagâ rito at tagâ roon. Walang anu-ano'y napansin ni Kaliskis ang butas ng isang malaking kahoy, na may malaking guwang at nagliliwanag. Napatigil si Kaliskis, at kaniyang siniyasat kung ano ang nagliliwanag na iyon sa loob ng guwang.

Nakita niyang ang liwanag na iyon ay nanggagaling pala sa bibig ng isang napakalaking sawa, na sa kaniya nakatingin, at papalabas sa guwang. Inambaan ni Kaliskis ng tagâ ang sawa, na biglang nagsalita nang itaas niya.

"Kaliskis, kita'y kamag-anak. Ako'y huwag mong tampalasanin at nasa akin ang iyong kapalaran."

Si Kaliskis ay napatigagal.

"Ano ang ibig mong sabihin?"

"Yayaman ka, at magiging dakilang walang katulad, at may magandang kapalaran."

"Ha?" nasambit ni Kaliskis, na malaki ang pagkagulat.

"Kaliskis," anang mahiwagang sawa, "dukutin mo sa aking lalamunan ang nagliliwanag na iyong napuna, na aking ipinagkakaloob sa iyo. Sa kaniya'y mahihingi mo ang iyong mga kailangan."

"Ayokong dukutin sa iyong lalamunan, pagkat pagkapasok ng aking kamay ay ititikom mo ang iyong bibig, at mawawalan ako ng kamay."

"Hindi, Kaliskis, hindi. Magtiwala ka sa akin. Ako'y iyong kamag-anak. Kapag ikaw ay kinagat ko ay tagain mo ako."

Si Kaliskis ay tumapang, nawala ang takot, at dinukot sa loob ng lalamunan ng sawa ang tila malaking batong brilyanteng kumikinang. Iyon marahil ang tinatawag na karbungklo.

Nang makuha na ni Kaliskis ang sula ng sawa, ito nama'y parang kinain ng laho. Nawala na ang sawa at lumubog na pailalim sa puwang ng punong-kahoy.

"Ano kaya ito?" ang tanong sa sarili ni Kaliskis. "Totoo kayang dito'y mahihingi ko ang aking mga kailangan? Mabuti pa'y subukin ko." Kinausap ni Kaliskis ang bato. "Ako bato'y bigyan mo ng sandaang katao na gulukan!"

Hindi pa halos natatapos ang sambit ni Kaliskis, ay nakahanay na sa harap niya ang sandaang kataong gulukan, na sabay-sabay na nagwika, "Mag-utos po ang aming mahal na panginoon!"

"Iputol ninyo ako ng kahoy na panggatong at ilagay ninyo sa tabi ng aking tahanan. At pagkatapos ay magsialis na kayo."

Umuwi si Kaliskis pagkatapos, at muling nahiga sa kubo.

Nang makita ni Salim na si Kaliskis ay nakatihaya pa at nag-iinat ay bumulyaw ito sa kaniya.

"Tatang, bago ka sana magalit ay tingnan mo muna kung ang anak mong tamad ay hindi tumupad sa iyong iniuutos."

"Anong titingnan ko, ikaw ay hindi bumabangon diyan sa pagkakahiga mo? Nauulol ka ba o ako ang inuulol mo?"

"Dumungaw ka, Ama, bago ka magmura."

Dumungaw nga si Salim.

"Naku, paano ang ginawa mo, Kaliskis?" namamanghang sabi ni Salim nang makita ang mataas pa sa kanilang bahay na bunton ng kahoy.

Niyakap ni Salim si Kaliskis sa laki ng tuwa.

III

Mula nang magkaroon si Kaliskis ng sula ng sawa, na matatawag ding galíng ay parati siyang nag-iisip nang malalim, at nagsasalita nang nag-iisa.

"Tila ang gaya kong may iniingatang galíng ay maaaring mangyari ang lahat ng hangarin sa buhay. Kung magkakagayon ay makapipili ako ng makakaisang-dibdib. Ang prinsesa ma'y maaari nang pag-alayan ko ng pag-ibig."

"Aba, oo, at siyang dapat," sagot na rin niya sa kaniyang sarili.

Pinagala ni Kaliskis ang kaniyang isip. "A, sa lahat ng prinsesa, ay maganda si Tala, na anak ng Haring Arkon." Ipinasiya niyang dayuhin ang hari sa kaniyang palasyo, at ipagtapat ang kaniyang nais na makaisampalad ang Prinsesa Tala.

Sa kaguluhan ng isip ni Kaliskis ay hindi niya naalaalang magpalit ng damit. Nakarating siyang nakasuot magbubukid sa palasyo ng Haring Arkon na lubha pa namang maselan sa lahat ng bagay.

"Ikaw ba'y sino, at ano ang sadya mo?"

"Ako po'y si Kaliskis, at ibig ko po'y makaisang-dibdib ang inyong mahal na anak na Prinsesa Tala."

"Ikaw?" at nagtawa nang malakas ang Haring Arkon. "Ibig mong pakasalan ang anak ko?" at hindi makahinga sa pagtawa ang hari hanggang pinagmasdan si Kaliskis. "Ang kamangmangan nga nama'y ina ng kapangahasan!" sabi ng hari, na tinawag ang anak.

Lumabas si Tala na nagtataka. "Tinawag kita, Anak ko, nang maipakilala sa iyo itong iyong magiging kapalaran," at itinuro si Kaliskis. "Siya."

Tiningnan ni Tala ang anyo ni Kaliskis mula sa ulo hanggang paa at nagtawa nang pagkalakas-lakas, saka bumulong sa ama, "Tatay, marahil ay nasisira ang isip niyan."

"Tila nga," ang sagot ng ama, at hinarap muli si Kaliskis.

"Ano kamo ang pangalan mo?"

"Kaliskis po, Mahal na Hari."

"Ano naman ang iyong gawain?"

"Mangangahoy po sa gubat."

"Mangangahoy?" ang sambit ni Tala. "Allah! Kaawaan mo ako! Mangangahoy ba ang itutulot mong maging kapalaran ko? Allah, na ako pa namang pinakamaganda sa lahat ng mga prinsesa dito sa Silanganan ay mangangahoy lamang ang kapalaran? Tatang, ang pangahas na iya'y ipabilanggo mo, at iyong papugutan," at hinarap si Kaliskis. "Napakapangahas mo! Bakit sumaisip mong ako'y iyong maging kapalaran? Hindi mo ba nalalama't hindi maaari ang iyong nais? Ako'y prinsesa at ikaw ay isang hamak na mangangahoy! Sayang ang ganda ko! Ikaw sana'y may angking kagandahan, ngunit wala at sira ang isip mo! Ngayon din ay ipabibilanggo ka ng hari kong ama at papupugutan ka ng ulo."

"Mataas na Prinsesa, paanong naging kasalanan ng isang binatang gaya ko ang mangibig? At hindi naman ipinagbabawal na ang dukha'y huwag umibig sa prinsesa at mayaman. At hindi ba, Mahal na Prinsesa, na ang magandang langit ay katapat din ng pusali?"

"Oo nga, kung sa bagay, ngunit hindi sa gaya nating napaka-layong totoo ang agwat," at tuloy nang pumasok sa silid si Tala na bubulung-bulong. "Sayang, magandang lalaki sana, at mainam pa ang tindig."

"Kaliskis," sabi ng hari, "yayamang ibig mong maging kabiyak ng dibdib ang anak kong si Tala ay tuparin mo, Anak, ang aking hihilingin sa iyo. Kapag natupad mo iyon ay mapasasaiyo si Tala."

"Mag-utos po ang Mahal na Hari!"

"Kaliskis, sa loob ng tatlong araw ay ibig kong maitayo mo diyan sa gitna ng dagatan, sa tapat nitong aking palasyo, ang isang mataas at malaking gusali, na makalibong mas mainam pa sa aking palasyo. Yaong may mataas at mahabang tulay, upang ako at si Tala ay huwag nang magdaan ng tubig at makarating sa bagong gusali, buhat sa palasyong ito. Magagawa mo ba?"

Hindi man lamang nag-isip si Kaliskis, at mabilis na sumagot:

"Opo, Mahal na Hari, itatayo ko po ang hinihiling mo!"

"Asahan mong kapag nakaraan ang tatlong araw at hindi yari ang inyong tahanan ni Tala, ikaw ay papupugutan ko ng ulo sa liwasan. Asahan mo, at ako'y may isang salita lamang."

"Panginoon ka po ng lahat mong ibig. Ako po'y gayon din, iisa rin ang aking salita. Ang pangako ko'y tutuparin ko."

At si Kaliskis ay nagpaalam na.

IV

Hindi nagtigil sa pag-uusap ang mag-ama at sila'y tawanan nang tawanan sa nangyari.

"Tatang, nasira na talaga ang isip ng taong iyon," ani Tala.

"Sayang na tao, batambata at magandang lalaki pa naman," ani Tala.

"Maganda nga, sayang na tao, kay inam ng tindig; ganap ang laki ng katawan, at tama sa kaniyang taas. Ngunit baliw."

"Siya nga, Tatang, biro mo bang ipangakong mahigpit na kapalit ng kaniyang buhay, na sa loob ng tatlong araw ay itatayo niya sa gitna ng dagatan ang isang malaking palasyo, na makalibong mainam pa kaysa rito?"

"Talagang sirang-sira. Nasira ang isip niya sa pagsinta sa iyo, Anak ko."

"Malay ko, sa lokong iyon!"

Nakaraos ang unang araw sa taning ay walang matanaw na itinatayong palasyo sa may dagatan, na nakagawiang tingnan ng mag-ama pagkabangon nila sa umaga.

Dumaan ang ikalawang araw sa taning ay wala pa ring matanaw sa dagatan.

"Mabuti yata'y ipadakip ko na ang lokong iyon, at nang madala," sabi ng Mahal na Hari.

"Huwag naman, Tatang," sabi ni Tala. "Bayaan mong makalipas pa ang ikatlong araw."

"Wala na, ang ulo niya'y talagang mahihiwalay sa katawan..."

"Kaawa-awa naman!"

"Ngayon ka pa naawa?"

"Hindi ko nga malaman, Ama ko, kung ano't ako'y pinapasukan ngayon ng pagkaawa sa taong iyan. Ang dibdib ko'y nahahabag sa kaniya!"

"Awa-awa. Mamatay siya sa kaniyang kalokohan! Huwag kang maawa!"

Sa maghapon ng ikatlong araw ay lagi na lamang sa dagatan ang tanaw ng mag-ama, hanggang sa dumating ang gabi.

"Talagang wala na," sabi ng hari, "ako'y may makita lamang na mga ilang babala, na talagang magtatayo siya ng gusali sa dagatan ay patatawarin ko siya."

Madaling araw ng kinabukasan ng ikatlong araw na taning at nang nagbubukang liwayway pa lamang ay nagising na ang mag-ama sa lakas ng katok sa pinto ng palasyo.

"Tatang, sino kaya iyang napakalakas ang katok na iyan?" anang prinsesa sa Haring Arkon.

Lalo nang nagulat ang mag-ama nang kanilang marinig ang tugtog ng mga tambol at mga tambuli.

At pasigaw ang mag-ama nang kanilang matanaw na sa

dagatan ay may nakatayong isang pagkalaki-laki at pagkaganda-gandang palasyo na ang tulay ay abot hanggang tapat ng kanilang palasyo.

Nang sandaling iyon ay pumasok sa bulwagan ng Mahal na Hari ang isa sa kaniyang kawal na nagpahayag, "Mahal na Hari, nasa harap po ng palasyo ang makisig na prinsipe. Siya daw po ang katipan ng Prinsesa Tala. Kasunod po ng makisig na prinsipe ang sandaang maitim na mga tao na may mga dalang handog sa mahal niyang katipan."

"Allah, ito ba'y pangarap lamang o tunay na pangyayari?"

"Tunay, Anak ko," sabi ng Mahal na Hari, "tunay na lahat ang sinabi ng dakila kong tsambelan, nakita ko ang lahat. Nakita ko ang makapal na hukbong dala ng Prinsipe Kaliskis, na iyong magiging kaisampalad!"

"Siya pala'y nagbabalatkayo lamang," sabi ni Tala.

"Dakilang Tsambelan," sabi ng Haring Arkon, "patuluyin mo ang Mahal na Prinsipe, at kaniyang mga alagad."

Ang tsambelan ay nagpugay at tuloy nang nanaog.

Ipinatawag ng hari sa kaniyang tsambelan si Prinsipe Kaliskis at ang mga alagad nito na may mga dalang handog sa magandang Prinsesa Tala. Nauuna sa hanay ang may mga dala ng damit ng prinsesa, na binurdahan ng lantay na ginto at ang pinakaubod ng mga bulaklak ay pawang malalaking perlas at mahahalagang batong brilyante. Kasunod ng may dala ng damit ang may dala ng malaking kopang kahoy na may takip at kinalalagyan ng mahahalagang hiyas.

Nanlaki ang mga mata ng prinsesa sa nakita. Nakasisilaw ang suot ni Prinsipe Kaliskis katulad ng sa prinsesa na may mga palamuting sari-saring batong brilyante.

Noong araw ding iyon ay ikinasal ang prinsipe at prinsesa. Pistang-pista sa buong kaharian sa loob ng tatlong araw.

"Kay buti ng kapalaran ng anak ko!" nasisiyahang sabi ni Haring Arkon.

Samantala ang karatig na kaharian na pinamumunuan ni Haring Kalimbas ay nalambungan ng inggit. Ipinaabot ni Haring Kalimbas kay Haring Arkon ang mapangahas na kahilingan: nais ni Kalimbas na doon tumira sa palasyo sa dagatan pagdating ng tag-init pagkat tumawag daw iyon ng kaniyang pansin. Si Haring Kalimbas ay kinatatakutan ng lahat ng hari dahil sa kaniyang kalupitan.

Nag-isip si Haring Arkon bago sumagot sa sugo ni Haring Kalimbas. "Sugo, ang palasyong nais ng inyong Mahal na Hari ay hindi akin. Iyon ay pag-aari ng aking manugang na si Prinsipe Kaliskis. Magbalik kayo sa loob ng tatlong araw. Kakausapin ko muna siya."

Pag-alis na pag-alis ng sugo ay pinulong ng Haring Arkon ang kaniyang manugang na si Prinsipe Kaliskis at ibinalita ang nais ng Haring Kalimbas.

"Pangahas na hari!" sabi ni Kaliskis. "Hindi pa ako nagsasawa sa pagkakatira namin ni Tala sa aking palasyo ay titirahan na niya? At sino siya? Parang ibig niyang sabihin ay kayang-kaya niya tayo!"

"Ganoon na nga, Anak. Ang Haring Kalimbas ay totoong matapang at tampalasan."

"Wala pa lang na nagbubuko sa kaniya, Tatang."

"Walang makapagbubuko sa kaniya, Anak ko, pagkat

napakalaki ng kaniyang kaharian. Huwag kang mangahas, Anak ko, nang huwag kang mapahamak. Maniwala ka sa akin, kilala ko kung sino ang Haring Kalimbas."

"Tatang," sabi ni Kaliskis, "dapat niyang mabatid na dito sa mundo, magpakalaki-laki man ang palayok ay may kasukat na tungtong, at ako ang tungtong na inilaan sa kaniya ni Allah."

"Isipin mong mabuti, Anak ko, ang iyong gagawin. Ako'y naaawa sa iyo, at kay Talang anak ko. Baka ka mapahamak."

"Ipanatag mo, Tatang, ang iyong loob. Alam ko ang gagawin ko. Sakali't bumalik ang kaniyang sugo, ay sabihin mong ako ay payag na, at ang Haring Kalimbas ay maaari nang lumipat sa aking palasyo, anumang oras. Bukas na bukas, Tatang, kami ni Tala ay lilipat na muna rito sa iyo, nang makatira na ang pangahas na iyan sa aking palasyo."

Ganap na ikatlong araw ay dumating nga sa palasyo ng Haring Arkon ang embahador ng Haring Kalimbas, at dito nama'y sinabi ng Haring Arkon na maaari nang makatira sa palasyo sa dagatan ang Haring Kalimbas.

At gayon na nga ang nangyari. Kinabukasan din ay lumipat na ang Haring Kalimbas at ang pamilya nito, sa magarang palasyo ng Prinsipe Kaliskis sa dagatan.

Tuwang-tuwa ang Haring Kalimbas, ang asawa niya, at ang kanilang mga anak, sa kanilang pagkatira sa palasyo sa dagatan, pagkat napakasarap doon ng simoy ng hangin.

Dumaan ang unang gabi, ang ikalawa, at ang ikatlo. Masarap na masarap ang tulog ng mga bagong panauhin ng palasyo sa dagatan buong magdamag. Subalit nang ikaapat na gabi ay hindi na nakatulog ni isang pikit ang pamilya ng Haring

Kalimbas, pagkat kayrami-rami ng namamahay na baboy sa silong ng palasyo. Kaya ang baho ay gayon na lamang, at ang ingay ng awayan ng mga baboy ay masahol pa sa isang katayan ng mga baka at baboy.

Hindi rin maubos-maisip ng mga panauhin kung saan nanggaling ang makapal na surot na biglang sumipot sa palasyo. Namantal ang kanilang buong katawan sa kagat ng mga ito, at may nagsisipasok pa sa kanilang mga tainga.

Ang lalo pang kataka-taka nang magliwanag ay nakita ng mga panauhin na ang kanilang tinitirahan ay wala sa dagatan kundi nasa pusalian at pinamamahayan ng mga baboy. Hindi na ito palasyo kundi isang bahay na nakasuray na yari sa kawayan at kugon.

Umalis ang Haring Kalimbas na tigib ng galit.

"Ako'y pinaglaruan ng mga hunghang!" ang sabi sa sarili. "Lintik lang ang walang ganti. Silang magbiyenan ay lulupigin ko at parurusahan, makikita nila."

Tinipon agad niya ang mga heneral ng kaniyang hukbo, at ipinahayag sa mga ito ang kaniyang balak.

"Ating sasalakayin at lulupigin ang kaharian ni Arkon."

Habang daan ay tawanan pa nang tawanan ang Haring Kalimbas at kaniyang mga heneral.

"Hihimagasin lamang natin ang kahariang ating lulusubin," sabi ng isa sa mga heneral.

"Mukhang gayon nga ang mangyayari," sabi ng hari.

"Ang ating gagawin ngayon," sabi ng isa pa, "ay digma-digmaan lamang!"

Nakapasok na sa loob ng kaharian ang mga dayuhan ngunit

wala pa silang nakikita ni nasasalubong na isa mang kawal ng kanilang kalaban.

"Tahimik na tahimik ang mga sakop ng Haring Arkon," sabi ni Haring Kalimbas.

"Baka sadyang matatapang," sabi ng isang heneral.

"Ngayon ko masusubok," sabi ng hari. Iniutos niya sa isang heneral na hatiin ang hukbo.

"Heneral, pagkat walang kalaban-laban itong ating lulupigin, ay hatiin mo ang ating hukbo. Ang kalahati'y pamumunuan ko, at ang kalahati ay pamumunuan mo. Ikaw ang lulusob sa palasyo ni Arkon at ako ang lulusob sa palasyo ng matapang daw na si Kaliskis."

At gayon nga ang ginawa nila. Ngunit wala silang makitang kawal at bukas ang mga pinto ng dalawang palasyo.

Si Kaliskis ay hindi ulol; alam niyang si Haring Kalimbas ay maghihiganti sa ginawa niya kaya siya ay naghanda.

Sabay na nilusob ng dalawang pangkat ang dalawang palasyo na sa akala nila'y walang kalaban-laban at kanilang makukuha, ngunit laking himala! Ang sumalubong sa kanila'y hindi mga kawal, kundi malalaking ahas, na pumulupot sa katawan ng mga kawal ng Haring Kalimbas. Ang lalo pang katakataka, hanggang pinagtatataga nila ang mga ahas ay lalong dumami ang mga ito dahil bawat maputol ay nagiging dalawa.

Nang makita ng Haring Kalimbas ang gayon ay pumihit ito at kumaykay ng takbo. Habol-habol siya ni Kaliskis na sumisigaw:

"Haring Kalimbas, akala ko ba'y ubod ka ng tapang? Bakit ganyan na ang takbo mo, parang may pakpak ang iyong mga paa? Halika!"

Ilan lamang sa mga kawal ng Haring Kalimbas ang natira. Sumipol si Kaliskis, at agad namang nagsilapit sa kaniya ang kayrami-raming ahas.

"Mga kapatid ko!" ang sigaw ni Kaliskis, "buhayin ninyong lahat ang mga patay na iyan, nang huwag magsibaho rito!"

Ang mga ahas ay nangawalang bigla at nang magsipagbalik ay may mga kagat na damo, na kanilang nginangata-ngata; ang laway ay inilagay ng mga ahas sa mga tinuka nila.

"Kayo'y magsiuwi na! Hindi ko kayo kailangan dito!" Nagta-takbong umalis ang mga iyon.

Nang matahimik na't natapos ang kahanga-hangang la-banan, agad na hinarap ni Haring Arkon ang kaniyang mahal na manugang at pagkakita'y niyakap nang mahigpit at sinabihan, "Kaliskis, napakainam ng ginawa mo; binuhay mo pa ang ating mga kalaban!"

"Masama, Ama ko, ang pumatay ng kapwa! Ayokong tayo'y kapootan ni Allah."

"Napakabuti mo, Anak ko! Oo, napakabuti mo talaga!"

V

Buhat nang mapahiya nang malubha ang malupit na Haring Kalimbas ay nagkasakit ito sa puso.

"Kilala ako ng madla, sa gawang katapangan, at tumalilis sa labanan?" madalas na sinasabi ng Haring Kalimbas. "Kahiya-hiya! Mabuti pang namamatay na ako, kaysa sabihan ng aking mga kampon kapag ako'y nakikita nila: "Nariyan ang Haring Duwag!"

Lahat ng mga manggagamot sa kaharian ay nakatingin na sa

Haring Kalimbas, subalit lahat nama'y nagkaisang nagsabi, "Wala pong makagagamot sa inyo, Mahal na Hari, kundi sarili ninyo."

"Ngunit paano?" ang sa tuwi na'y tanong naman ng maysakit.

"Kayo, Mahal na Hari, ang gumamot sa inyong sarili," sabi ng doktor. "Ibig ko pong sabihi'y maglibang kayo, magliwaliw, at nang malimutan ninyo ang sa inyo'y nangyari."

"Hindi yata maaari," ang tugon ng hari, "pagkat saan man ako patungo ay dala ko itong aking puso, at ito ang siyang may pakiramdam. Talaga yatang oras ko na!"

Walang anu-ano'y sumipot sa palasyo ang isang matandang babaeng manggagamot daw at manghuhula pa, na humarap sa Mahal na Hari at nagsabi nang buong tapang, "Mahal na Hari, ako po'y nagsadya rito bagama't hindi ninyo nakikilala upang sabihin sa inyo at ipatalastas na sa loob lamang ng ilang araw, kayo na hindi ko paiinumin ni isang patak na gamot, ay pagagalingin ko."

"Tunay ba ang pangako mo, tanda?"

"Tunay na tunay po!"

"Tanda, tandaan mo, ako'y may isang pangungusap; kapag ako'y napagaling mo ay hahandugan kita ng kayamanan, maraming kayamanan."

"Salamat po! At nang ikaw po naman, Mahal na Hari, ay magkaroon ng ganap na pagsasampalataya na ikaw ay mapagagaling ko, ay sasabihin ko sa iyo kung ano ang sakit mo."

"Hala nga, sige, sabihin mo!"

"Ikaw po'y walang sakit. Ang inyo pong ipinagkakaganyan ay sanhi ng inyong pagkahiya, nang ikaw ay tumakbo sa inyong pakikipaglaban kay Prinsipe Kaliskis."

"Iyan ang totoo, tanda!" at ang Haring Kalimbas ay nagbun-tong-hininga, "Iyan ang tunay, napahiya ako!"

"Talaga pong magkakaroon, Mahal na Hari, pagkat ang Prinsipe Kaliskis ay may iniingatan. Kayo ay inengkanto at dinu-lutan ng mahigpit na kaparusahan. Pangako pong kukunin ko ang kaniyang iniingatan, upang malipat sa inyo."

"Ha? Ano ang sabi mo? Totoo ba iyan? Asahan mo't kapag nagkagayon ay ibibigay ko sa iyo ang kalahati ng aking kaya-manan!" Ang hari ay napatayo at lumakas na kaagad.

"Pangako po, Mahal na Hari. Sa loob ng limang araw, ay sasakamay mo ang sula ng sawang iniingatan niya."

Buhat noon ay lumakas na ang Haring Kalimbas. Nanumba-lik ang kaniyang kisig, at kung baga sa punongkahoy na lanta, ay nanariwang muli.

VI

Samantala'y wala sa kaniyang palasyo si Prinsipe Kaliskis, pagkat siya'y inutusan ng kaniyang biyenang Haring Arkon, na makipag-usap sa Haring Soliman.

Nag-iisa ang Prinsesa Tala sa palasyo nang dumating ang isang matandang manggagamot at manghuhula na nangako na magpapagaling sa Haring Kalimbas.

"Magandang araw, magandang Tala!"

"Magandang araw po naman. Kayo ba'y sino, at ano ang inyong sadya?"

"Ako ba'y hindi mo na nakikilala? Ako ang nagpasuso sa iyo noong ikaw ay maliit."

"Gayon po ba?"

"Tala, ako'y hindi naparito upang magsinungaling lamang. Oo, ako ang nagpasuso sa iyo."

"Salamat at ako'y naalalang dalawin pa ninyo."

"Hindi kita nalilimutan, Tala."

"Hintay kayo sandali, at kayo'y bibigyan ko ng mga damit," at si Tala'y pumasok sa silid.

Nang maiwang mag-isa ang matandang manggagamot ay napatindig ito, at mabilis na kinuha sa loob ng kahon ng isang maliit na mesa ang sula ng sawa na iniingatan ng Prinsipe Kaliskis.

Nagpasalamat agad ang matanda sa mga damit na ibinigay ni Tala. Saka nagtungo nang mabilis sa palasyo ni Haring Kalimbas.

Ganoon na lamang ang tuwa ng Haring Kalimbas nang mapasakaniya ang iniingatang galíng ng Prinsipe Kaliskis.

Iniutos ng Haring Kalimbas sa kaniyang tsambelan, na ibigay sa matandang babae ang kalahati ng kaniyang mga baka, at iba pang mga hayop.

Ang matanda ay yumaman sa isang iglap.

Nang umuwi ang Prinsipe Kaliskis upang ipagbigay alam sa Haring Arkon ang kanilang pinagkasunduan ng Haring Soliman, ay hindi na niya dinatnan sa palasyo ang hari niyang biyenan, at ang kaniyang magandang palasyo ay wala na sa dagatan. Walang natirang buo pa kundi ang tulay na patungo sa palasyo ng Haring Arkon.

Nang ipagtanong ng Prinsipe Kaliskis kung saan naroon ang Haring Arkon at ang kaniyang minamahal na asawa ay sinabi sa kaniya ng madla, "Wala na po sila, pinagdarakip po silang lahat ng malupit na Haring Kalimbas."

Sa laki ng dalamhati ay muntik nang mamatay ang Prinsipe Kaliskis. Tumingin siya sa itaas, at napasigaw, "Allah! Bakit mo hinayaang magkagayon? Ikaw ba, Allah, ay napopoot sa akin?"

Naisip agad ni Prinsipe Kaliskis na nakuha ng Haring Kalimbas ang kaniyang iniingatang sula ng sawa.

Ang Prinsipe Kaliskis ay masahol pa sa ulol. Gulo ang buhok na kaniyang sabu-sabunot at nagsasalita siyang mag-isa nang lumabas ng bayan.

Gayunman ay hindi siya makapangahas na lusubin ang kaharian ng kaniyang kalaban. Alam niya na ang sula ng sawa ay nasa pag-aari na ni Haring Kalimbas. Sa gayo'y alam niyang ito'y mahirap nang masupil ng sinuman.

Nasa kaparangan na ang Prinsipe Kaliskis, na humahagulgol na tila bata. Wala siyang kamalay-malay, siya pala'y napatapat sa malaking punongkahoy na pinamamahayan ng malaking sawang nagkaloob ng sula. Di nagtagal ay nakita niya ang sawa na lumabas sa lungga, at siya'y kinausap.

"Kaliskis, ano't inilayo mo sa iyong katawan ang kaloob ko?"

"Kasalanan ko nga, oo, kasalanan ko!" ang tugon ni Kaliskis.

"Humanda ka't mamayang pagdilim ay sumama ka sa akin at kunin natin ang sula kong talagang iyo; hindi niya dapat ariin ang hindi kaniya!"

"Maaari pa bang makuha natin?"

"Bakit hindi? Talagang maaari! Huwag kang mawawalan ng pag-asa."

Paglubog ng araw ay nagsilakad na si Kaliskis at ang kaniyang malaking sawa. Habang silang dalawa'y naglalakad sa kaparangan, ay dumarami sila nang dumarami. Nang sila'y

pumasok na ng kaharian ni Kalimbas ay makapal na ang mala-
laking sawang kasama nila.

Nang sila'y dumating sa palasyo ng Haring Kalimbas, ina-
butan nilang tulog na ang halos lahat ng mga tao. Ang gising
lamang ay ang mga bantay sa pinto ng palasyo.

Mabilis na parang kidlat na pinaglilingkis at pinagpapatay
ng mga sawa ang mga bantay.

Ang puno ng mga sawa na kung tumawag kay Kaliskis ay pin-
san, ay may naisipang paraan upang siya'y makarating agad sa silid
ng Haring Kalimbas. Siya'y namilipit at umakyat sa isang punong-
kahoy na nasa tapat ng silid ng Haring Kalimbas. Naglambitin
siya sa isang sanga at nagpaindayog. Binasag niya ang salamin ng
durungawan, at siya'y nagtuloy sa loob. Nilingkis niya ang hari at
dinukot niya sa bulsa nito ang sula. Nang nasa bibig na ng sawa
ang sula, bumaba ito agad at iniabot ang sula kay Kaliskis.

"Kaliskis, narito na't muli kong ipinagkakaloob sa iyo. Ingat-
an mo at nang huwag kang napapahamak."

Namatay ang Haring Kalimbas at kaniyang mga alagad.

"Wala ka nang liligpiting mga bangkay, pagkat silang lahat,
pati ng mga bantay sa palasyo, ay ipinahila ko na sa aking mga
kampon at dinala sa ilog na may matuling agos," sabi ng mala-
king sawa.

Nang si Kaliskis na muli ang may hawak ng kaniyang galíng
ay pumaroon siya sa kaniyang biyenang Haring Arkon at kay
Tala, na nakakulong sa bilangguan ng kaharian ni Kalimbas.

Gayon na lamang ang tuwa ni Haring Arkon nang makalaya;
si Tala nama'y hindi matapos-tapos ng pagyakap at paghalik sa
kaniyang mutya ng dibdib, at pinakamamahal.

"Kaliskis, napakabuti mo!" ani Tala.

"Si Allah ay hindi natutulog!" Ang mga sawa'y nangawala nang lahat.

Ang Prinsipe Kaliskis na at si Tala ang nagmay-ari ng kaharian ng masakim at tampalasang si Haring Kalimbas. Hindi na muling itinayo pa ng prinsipe ang kaniyang palasyo sa dagatan.

Wakas

Nicolas

N oong araw, doon sa isang bayan, ay may isang matapang na binata na Nicolas ang pangalan. Si Nicolas ay may napupusuang kalapit-bahay at kababata. Simula pa halos sa kaniyang kamusmusan ay itinatangi na niya si Ester na sa kasamaang-palad ay di siya iniibig.

"Ester," ang wika isang araw ni Nicolas, "talaga bang ako'y titiisin mo na?"

"Huwag kang maghihinanakit sa akin," ang tila naaawa na-mang tugon ni Ester, "ikaw ay hindi ko tinitikis. Ikaw ay mahal sa akin, ngunit ang pagmamahal na iyan ay sa isang kapatid lamang. Ang mga araw ng ating kamusmusan ay aking iginaga-lang. Hindi ko nais sugatan ang iyong puso."

"Hindi iyan ang aking hinihiling sa iyo, Ester, kundi ang pagmamahal ng isang kasintahan. Ester, huwag mo na akong pahirapan. Sampung taon nang higit ang aking pagdaing sa iyo; matuto ka naman sanang maawa. Ano ang iyong ipinag-aatubili?"

Matagal na di nakapagsalita si Ester. Mga musmos pa'y mag-kalaro na sila ni Nicolas, na ngayon ay kaniyang kinahahabagan,

ngunit anuman ang pilit niya ay hindi matanggap ng kaniyang budhi ang pag-ibig nito para sa kaniya.

"Bakit hindi ka magsalita?" patuloy ni Nicolas. "Talaga bang ako'y isa na sa sinawi ng pag-ibig?"

"Bakit ka naman masasawi?" tanong ni Ester.

"Kung hindi ako sawi ay bakit hindi mo ipagtapat sa akin ang tunay mong niloloob?"

Sa tinig na nalulumbay ay winika ni Ester, "Nicolas, uulitin ko. Minamahal kita na parang isang kapatid. Huwag mo na akong pagpagurang sambahin. Alam kong malinis ang iyong hangarin sa akin, ngunit makabubuting ibaling mo na ang iyong pag-ibig sa iba pagkat di ko matatanggap."

Daig ng pinagsakluban ng lupa't langit si Nicolas. Pinag-pawisan siya ng malamig at doon sa kaniyang pagkakatayo ay naramdaman niya ang pagsisikip ng dibdib.

"O, Ester, hindi ko akalain!" sambit ni Nicolas. "Ngayong malaman ko ang iyong niloloob, ngayong mabatid ko ang aking kasawian, ay magpapaalam na ako sa iyo."

"Nicolas," ang may agam-agam na habol ng babae, "saan ka paroroon?"

"Ako man sa sarili ay hindi nalalaman kung saan ako makara-rating. Di mo na rin kailangang magtanong. Wala akong halaga sa iyo at ang aking kasawian ay hindi mo na dapat malaman."

At pagkatapos ng pangungusap na iyon ng binatang nag-daramdam ay tumalikod ito at umalis.

II

Ang kahabag-habag na binatang sugatan ang puso ay lumakad nang lumakad. Walang tiyak na patutunguhan ang kaniyang paglalakbay, pagkat ang totoo'y lumalakad siya nang wala ang kaluluwa sa kaniyang katawan. Hindi niya inasahan ang magiging wakas ng kaniyang pagtitiyaga.

Sa kalalakad ni Nicolas ay doon siya napasuot sa isang pook na maraming punongkahoy. Dahil sa labis na pagod ay nagpahinga muna siya sumandali. Sa lilim ng isang mayabong na puno ay inilapag niya ang katawang hapong-hapo. Sa isip ay inilalarawan niya ang kaniyang kasawian.

Walang anu-ano'y nagitla na lamang si Nicolas nang kani-yang maramdaman na ang isang bunga ng kaymito ay mahulog at doon sa kaniyang ulo tumama. Napadilat siyang bigla, at nang kaniyang makita ang gumugulong na kaymito ay napailing siya at napangiti nang bahagya.

Ngunit di pa nagtatagal ay muli na namang lumagpak sa ibabaw ng kaniyang ulo ang isa pang kaymito.

Napatingala si Nicolas at nakita niyang ang punong iyon ay wala namang bunga, ni bulaklak man lamang. Sa loob-loob niya'y may taong nagbibiro sa kaniya. Ang kaymito ay nakita niyang hindi naman bulok; sa halip ay sariwang-sariwa at may dahon pa.

Akmang titindig si Nicolas, subalit bago niya naiunat ang kaniyang leeg ay naglagpakan ang maraming kaymito.

Lalo nang nagtaka si Nicolas. Naupo siyang muli at minasdan ang maraming kaymito na nagsabog sa lupa. Kinusot niya ang dalawang mata sa pag-aakalang siya'y nangangarap lamang, ngunit ang naroroon nga ang mga kaymito.

Muling titindig sana si Nicolas sa tangkang makalakad, ngunit ang maraming kaymito ay biglang naging mga tao na ang taas ay isang talampakan lamang. Ang mga taong iyon ay may mga dalang sibat, at saka nagsikanta at niligiran si Nicolas nang niligiran.

Gayon man ay hindi naman nasisira ang kalooban ni Nicolas. Doon sa kanilang bayan ay sadyang kinagugulatan siya; ang gawang matakot kailanman ay di niya nakikilala.

Nahalata ni Nicolas na ayaw siyang paalisin ng maliliit na taong iyon, pagkat sa tuwing kikilos siya ay inuumang nila ang mga hawak na sibat.

"Ano ang ibig ninyong sabihin?" malakas na usisa ni Nicolas. "Ako ba ay inyong tinatakot?" Ang maliliit na tao ay hindi naman sumagot. Nanatili silang nakapaligid at nakaumang ang mga sibat. Gayon na lang ang galit ni Nicolas. Sa buong buhay niya ay walang nakagagawa ng ganoon sa kaniya.

Tinikom ni Nicolas ang kaniyang dalawang kamay at saka nag-akmang susuntukin at sisipain ang maliliit na tao, ngunit sa isang iglap ay nagsilaki sila na tulad naman sa kawayan ang taas.

Napaurong nang bahagya si Nicolas nang kaniyang makita na ang maliliit na tao ay malalaki na ngayon.

"Huwag kang mangahas at dudurugin ka namin," ang malakas namang wika ng matataas na tao.

Tiningala ni Nicolas ang pagmumukha ng kaniyang mga kaharap, at nakita niya ang kanilang masamang ayos—mahahaba ang balbas at malago ang buhok.

"Ako ay hindi natatakot," wika ni Nicolas. "Sino man kayo ay handa akong lumaban. Sadyang hinahanap ko ang kamatayan pagkat ang buhay ay walang halaga sa akin ngayon."

Nagtawanan ang malalaking nilalang at ang malalaking espadang nakasukbit sa kanilang baywang ay maliksi nilang binunot.

"Napakapangahas mo," wika pa ng mga kalaban ni Nicolas.

Nang makita ni Nicolas na hawak ng malalaking tao ang espada ay bigla siyang dumampot ng isang sangang tuyo na naroon sa kaniyang harapan.

"Lalabanan ko rin kayo kahit kayo ay marami at malalaki," sabi ni Nicolas na hinampas nang mariin ang malalaking nilalang.

Ngunit ganoon na lamang ang kaniyang gulat nang kaniyang makita na ang malalaking tao ay naging kaymitong muli at gumugulong sa lupa.

Sinikaran ni Nicolas ang mga kaymito ngunit walang epekto iyon.

Naisip ni Nicolas na siya'y pinaglalaruan ng isang makapangyarihan. Nagpalinga-linga siyang hinanap ito. Nalimot na niya ang dinaramdam at pinilit makita kung sino ang may likha ng hiwagang lumantad sa kaniya. Ngunit walang ibang naroroon.

"Umuwi ka na kung ayaw mong mamatay," sabi ng isang tinig kay Nicolas.

Muli ay luminga-linga si Nicolas ngunit di nahuli ang narinig. Walang sinumang naroroon.

"Umuwi ka na nang huwag kang mamatay," ang muling narinig ni Nicolas.

Bigla'y nag-init ang kaniyang tainga, at lumapit muli sa tabi ng puno ng kaymito at saka naupo at sumandal.

"Gawin ninyo ang nais ninyo," wika ni Nicolas. "Ako naman ang taong hindi natatakot sa kamatayan."

Pagkaraan ng ilang sandali, ay nakita na lamang ni Nicolas ang isang higante na buhat sa malayo. Makapangyarihan ang higante; may suot itong korona.

Ilang hakbang lamang at nasa tabi na ni Nicolas ang higante.

"Ano ang ginagawa mo rito?" usisa ng higante.

"Wala. Sumasagap lamang ako ng malamig na simoy ng hangin," tugon ni Nicolas.

"Ako'y inuulol mo. Nalalaman ko kung bakit ka narito; ibig mong matukoy kung saan ako nakatira at nang makapagnakaw ka sa aking palasyo."

"Hindi kita inuulol, katotohanan ang aking sinasabi."

"Huwag ka nang marami pang sinasabi. Binibihag ko ang sinumang mapadako sa aking tahanan."

"At ako ba'y bibihagin mo?"

"Hindi lamang bibihagin kung hindi gagawin pa kitang laruan doon sa aking palasyo."

Si Nicolas ay biglang hinawakan ng higante at saka sinipa nang malakas. Tumilapon siya at napunta sa itaas ng isang malaking puno at naging isang unggoy sa bisa ng kapangyarihan ng higante.

"Ngayon ay wala ka nang magagawa pa," wika ng higanteng humahalakhak. "Matapang ka man ay wala nang mangyayari sa iyo."

Hinawakan ng higante ang buntot ni Nicolas at saka tinadyakan ang lupang tinutuntungan. Biglang bumuka ang lupa. Iyon pala ang pintuan ng tahanan ng higante. Nanaog sila at doon sa dulo ng malalim na hukay ay biglang ihinagis si Nicolas.

Ang kahabag-habag na unggoy ay nagtatakbo at ganoon na lamang ang gulat nang mapapasok siya sa isang bulwagan. Doon ay nakita niya ang isang napakagandang babae na sa wari ay anak ng isang mataas na tao. Ang babaeng iyon ay nakita ni Nicolas na nananahi ng medyas at damit ng higante.

Noong una ay inakala ni Nicolas na iyon ang kabiyak ng dibdib ng higanteng nakabihag sa kaniya, subalit nang pumasok ang higante ay biglang nagtatakbo ang magandang babae at umiyak nang umiyak. Ang mga ibon, at kung anu-ano pang hayop na naroon at nagsisipag-aliw ay nagtakbuhan din at humanap ng pook na mapagtataguan. Lahat sila'y nasasakupan ng higante, subalit sino man sa kanila'y sadyang umiiwas na makita ng kanilang panginoon, dahil sa malaking takot.

"Hoy, halikayong lahat." Parang kulog ang tawag ng higante sa magandang babaeng nakasuot-prinsesa at sa mga hayop. "Kayo'y dinalhan ko ng isang unggoy na mapaglilibangan." Ipinakita ng higante sa lahat ang unggoy na si Nicolas at saka umalis.

"Ikaw ba'y tunay na unggoy?" usisa ng prinsesa kay Nicolas.

Ang tinanong ay hindi makapagsalita. Nadinig niya at naunawaan ang itinanong ng prinsesa, subalit hindi naman niya masagot. Salamat na lamang at nakakita siya ng kaputol na uling at kaniyang isinulat sa dingding ng bulwagan ang kaniyang pangalan.

Ganoon na lamang ang paghihilakbot ng magandang prinsesa nang malamang siya pala'y tao din.

"Sinasabi ko na nga ba't isa ka pang sawi." Malungkot na wika ng prinsesa. "Lahat kami dito'y pawang mga alipin ng mabalasik na higante. Ang mga ibong iyan, ang mga hayop na iyan, at saka ako, ay pawang mga bihag ng higante, at dahil sa kaniyang kapangyarihan, ay tingnan mo't itinulad sila sa kung anu-anong hayop. Salamat na lamang at hindi ako ginawang hayop."

Si Nicolas ay muling sumulat, at kaniyang tinanong sa magandang prinsesa kung papaano napatungo doon sa tahanan ng higante.

"O, Nicolas," ang malumbay na tugon ng prinsesa, "noon ako'y prinsesa at anak ng isang makapangyarihang hari, subalit isang araw ay bigla na lamang sumipot sa aming halamanan ang suwail na higante at ako'y sinunggaban. Dinala ako rito at ngayon ay siyang pinananahi at pinaglalaba ng kaniyang damit. Ang higanteng iyan ay malupit. Isang pusakal na mandarambong."

Muling sumulat si Nicolas at kaniyang sinabi sa prinsesang gagawin niya ang lahat ng kaniyang makakaya upang sila ay makalabas sa tahanang iyon.

III

Ilang araw ang matuling nagdaan. Ang lahat ng pasikot-sikot doon sa tahanan ng higante ay nalaman na ni Nicolas. Unggoy palibhasa ang pinagtularan sa kaniya kung kaya mabilis siyang maglulundag at umakyat.

Isang araw ay dumako si Nicolas doon sa inaakala niyang kinaroroonan ng pintuan. Tumadyak siya nang tatlong beses at sa mabuting kapalaran ay nagitla na lamang siya nang makita niyang nabuksang bigla ang pintuan.

Dali-daling lumabas si Nicolas at umakyat sa itaas ng kahoy upang lumayo sa pook na iyon. Kailangan huwag siyang makita ng higante, pagkat tiyak na madadakip siya uli kung siya'y aabutin. Wala noon ang higante pagkat may pinaroonan.

Nang magpalipat-lipat na sa mga sanga ng punongkahoy si Nicolas upang lumayo ay natanaw niya ang higante na noon ay nanggaling sa malayo. Kailangan ni Nicolas magtago pagkat sa daraanan ng higante ay makikita siya. Umakyat siya sa isang malaki at mayabong na punongkahoy at magtatago sana sa mga dahon subalit doon sa itaas ay nakita niyang may isang malaking guwang ang puno. Sa malaking takot sa higante ay madali siyang pumasok sa guwang, pagapang. Kung sa bagay, ay nangangamba din siya sa pagpasok sa guwang na iyon, sakaling iyon ay pinamumugaran ng isang malaking ahas.

Sa loob ng guwang ay nakarinig siya ng mga nag-aawitan. Lumakas ang loob ni Nicolas. Nagpatuloy siya sa paggapang at pagdating sa dulo ay tumambad sa kaniya ang isang magarang bulwagan. Doon ay nakita niya ang isang magandang babae na nakalulok sa trono at inaawitan ng mga nimpa.

Si Nicolas ay nakita ng reyna at agad na tinawag at pinalapit. Hindi akalain ni Nicolas na makilala siya ng reyna.

"Ano't napadako ka rito, Nicolas?" usisa ng reyna. "Sino ang may kagagawan ng iyong pagkasawi?"

Magsasalita sana si Nicolas, subalit natawa ang reyna nang

makitang galaw nang galaw ang kaniyang bibig at kamay ngunit wala naman siyang masabing anuman.

Isang botelya ang ipinakuha ng reyna sa isa niyang utusan at saka pinalapit si Nicolas at pinatakan. Noon din ay nagbalik ang dating anyo ni Nicolas.

"Ngayon ka magsalita," wika ng reyna. "Sino ang may-gawa ng iyong pagkaunggoy?"

"Isa pong malupit at mandarambong na higante na nakatira diyan sa labas at hindi rin po nalalayo rito sa inyong tahanan. Doon po ay marami kaming ginawang hayop ng higante at doon po sa loob ng kaniyang tahanan ay isang magandang prinsesa ang nakakulong at kaniyang inaalipin."

"Ang higanteng iyan ay kilala ko. Isa ngang pusakal na mag-nanakaw, at totoong maraming pinahihirapan," wika ng reyna. "Ikaw ay bibigyan ko ng kapangyarihan upang masugpo ang kalupitan ng higante. Ako ay ang Reynang Engkantada, na may higit na kapangyarihan kaysa kaniya."

Isang utusan ang tinawag ng reyna, at ang sabi, "Kunin mo doon sa aking silid ang tabak ng aking ama."

Tumalima ang alipin at bumalik na dala ang tabak.

"Itong tabak na ito," wika ng reyna, "ay siyang tabak ng aking ama. Iyan ay makapangyarihan at walang sinuman ang makagagapi sa kaniya. Ngayon, Nicolas, ay lumabas ka at iyong patayin ang higante. Huwag kang matakot sa kaniya, sapagkat walang masamang mangyayari sa iyo."

Ang utusan ay muling tinawag ng reyna at ipinakuha ang isang malaking botelya.

"Ang laman ng boteng ito ay buhay. Kung sa inyong paglalaban ng higante ay tamaan ka niya, lumagok ka lamang ng isang patak nito at magpapanibagong buhay ka."

Ang botelya ng buhay at saka ang tabak ay iniabot ng reyna kay Nicolas.

"Dalhin mo rin ang botelyang ito upang sa sandaling mapatay mo ang higante ay pumasok ka sa loob ng kaniyang tahanan. Wisikan mo ang lahat ng mga hayop at ibon doon upang magbalik sila sa dati nilang anyo."

Ganoon na lamang ang pasasalamat ni Nicolas. Ang dalawang botelya na hindi naman kalakihan, ay isinilid niya sa bulsa at ang tabak ay mahigpit na hinawakan.

"Salamat sa inyo mahal na reyna," wika ni Nicolas. "Umasa kayong papatayin ko ang higante at ang lahat ng kaniyang mga binihag ay aking palalayain."

"Paroon ka na, Nicolas. Sasamahan ka ng isa kong alipin upang ihatid sa labas."

IV

Nang makalabas si Nicolas sa tahanan ng engkantada ay lumapit siya doon sa may pinto ng tahanan ng higante. Tumadyak siya nang tatlong beses at ang pinto ng bahay ay biglang nabuksan.

Sana'y papasok na si Nicolas, subalit naudlot siya nang marinig ang dagundong ng boses ng higanteng galit na galit na hinahanap siya. Hinintay niya ang paglabas nito. Lumayo nang bahagya si Nicolas at sumandig sa isang malaking punongkahoy na naroon sa may harapan ng pintuan.

"Aha," ang nandidilat na wika ng higante, "ikaw pala'y nakapagpalit na ng damit, ano? Sino ang pangahas na naghubad sa iyo ng aking kapangyarihan? Sino ang nag-alis ng iyong damit unggoy?"

"Huwag ka nang marami pang sinasabi," pangahas na wika ni Nicolas na mahigpit ang pagkakahawak sa matalim na sandata. "Alam mong kailanman ay hindi ako natatakot sa iyo. Sadyang hinintay kita upang hamunin."

Napahalakhak ang higante sa narinig. Wala pang nangahas na lumaban sa kaniya. "Ulol," wika ng higante at muling nagtawa nang malakas.

Mabilis na sinugod ni Nicolas ang nagtatawang higante, at saka maliksing itinarak ang kaniyang sandata sa malaking tiyan ng kalaban.

"Iyan ang mabuti sa iyo!" wika ni Nicolas.

Biglang itinirik ng higante ang mga mata dahil sa malubhang sugat. Hindi niya akalaing makapangyarihan ang sandatang dala ni Nicolas.

Pagkaraan ng ilang sandali ay nalagutan ng hininga ang higante. Dali-daling pumasok sa loob ng tahanan nito si Nicolas. Pinatakan niya ng tubig mula sa isang bote ang lahat ng mga hayop at ibong naroon. Agad namang nagbalik sila sa dating mga anyo. Karamihan pala sa kanila ay mga konde at prinsipe. Samantala ay nilapitan ni Nicolas ang magandang prinsesa, at ang sabi, "Ngayon, Prinsesa, ay natupad na ang aking naipangako sa iyo na balang araw ay hahanguin ko kayong lahat dito. Ako po ang unggoy na inyong kinahahabagan."

Ganoon na lamang ang gulat ng prinsesa, at lalo na, ng

kaniyang makitang ibinalik ni Nicolas sa dating ayos ang lahat ng mga hayop doon.

Mabilis at sama-sama silang nagsilabas sa tahanan ng higante. Nakita nilang nakabulagta ito at lumulutang sa sariling dugo. Lahat ay humanga kay Nicolas dahilan sa katapangan nito.

Ang magandang prinsesa ay inihatid pa ni Nicolas sa kaniyang bayan at nang makita ng hari at reynang magulang ng prinsesa ang kanilang anak, ay ganoon na lamang ang kanilang pasasalamat kay Nicolas.

Naging magkasintahan sina Nicolas at ang magandang prinsesa. Di naglaon ay pinagkaisahan na ng mga ministro na idulog sa dambana ng Diyos ang prinsesa at si Nicolas.

Nang mabalitaan naman si Ester na si Nicolas ay naging kabiyak ng dibdib ng isang magandang prinsesa, ay ganoon na lamang ang lungkot niya at panghihinayang pagkat hindi niya akalaing ngayon ay magiging isa nang prinsipe si Nicolas na lukung-luko sa kaniya.

Wakas

Ang Dragon sa Ilog ng Kingwa

Noong unang panahon, sa isang bayang sakop ng lalawigang Bulakan, ay nakilala ang Ilog ng Kingwa na kung tawagin ay "Taksil na Ilog" sapagkat taun-taon ay may nalulunod sa kaniyang malilinaw na agos. May mga bata, matatanda, dalaga o binata, ang kabilang na sa mga nalunod.

Walang sinumang makapangahas mang-usig kung bakit nagaganap ang gayong sakuna sa bayan. Napakababaw ng tubig; napakalinaw ang banayad na agos. Kawili-wili ang tubig sa ilog na ito, kaya ang mga bata ay giliw na giliw na nagsisipaglaro rito, at ang mga kabataan naman o kadalagahan at kabinataan ay nagpapalipas-oras dito.

Subalit bakit nga kaya marami ang nalulunod dito taun-taon?

Sa paniwala ng matatanda roon ay mayroon daw sirena sa ilog na iyon na siyang kumukuha sa sinumang maibigan niya, na karaniwan ay mga binata. Gayundin ang ginagawa niya sa mga kadalagahang natagpuang nangagsilunod.

May binata raw na biglang nawala at pagkaraan ng maraming araw ay sumipot at sinabing siya ay binihag ng sirena at pinamalagi sa palasyo nito sa ilalim ng ilog. Ang maibigan daw ng sirena ay hindi naman pinapatay kundi binibihag lamang, at kung mayroong nagbabalik at nakikita muli sa pook nila, ay dahil nakatakas o sadyang hinayaan na ng sirena na makalaya.

Ganoon ang nangyari sa binatang si Fidel, maglalabim-pitong taong gulang, makisig, at magandang lalaki. Isang araw na naligo siya sa ilog kasama ang ilang kabinataan ay hindi na siya lumitaw pagkatapos sumisid.

Gayon na lamang ang pagkakagulo ng mga tao lalo na ng mga kaanak at magulang ni Fidel. Umupa na sila ng kilalang maninisid upang hanapin si Fidel ngunit nabigo pa rin silang makita ito.

Nang may walong buwan nang nawawala si Fidel, na halos ay wala na sa alaala ng madla, ay sumipot ito sa gitna ng pagka-mangha ng mga nakakikilala sa kaniya.

Hindi naman niya matiyak kung saan siya nagmula at kung saan tiyak na matatagpuan ang pook na pinanggalingan niya at pinanirahan sa loob ng walong buwan.

Ayon kay Fidel ay naging kawili-wili ang pagkaka-engkanto sa kaniya sa ilalim ng tubig ng Ilog Kingwa. Napunta siya sa isang bayan-bayanan na ang kinikilalang nakapangyayari at sinusunod ay isang sirena. Masaya raw doon at kawili-wiling higit sa ibabaw ng lupa.

"Fidel, mabuti't pinakawalan ka ng sirena?" tanong ng mga kakilala ng binata.

"May malubhang pangyayaring naganap doon," pahayag ni

Fidel sa harap ng maraming taong nagtataka sa bigla niyang pagsipot, pagkatapos nang may walong buwang pinaniwalaan ng mga kababayan niya at kaanak na patay na siya o nalunod.

"Bakit? Ano ang nangyari?" usig ng isa.

"Isang araw ay dumating ang isang malaking ahas na malaki ang ulo at may palikpik sa likod, napakalaki ang bibig, kakila-kilabot ang ngipin at nakasisila ng isang buong taong tulad ko. Buong-buong nalululon niya ang anumang bagay na hindi na kailangang kagatin at putul-putolin.

"Napakalaki namang bibig iyon!"

"Napakabangis na hayop!"

"E, sino ang nagdigmaan?"

"Ang sirena at ang dragon."

"Siyanga ba? E, sino ang natalo?"

"Hindi maaaring manalo ang sirena sa harap ng napakalaki at napakabangis na dragong iyon. Kaya marahil hindi na sumisi-lay sa ilog natin ang mahiwagang sirenang iyon."

"Marahil nga, kaya ngayon ay nagtataka ang mga tao kung bakit dumadalas ang pagkawala ng mga taong nagsisilusong sa ilog o mga nagsisipaglaba."

"Totoo ba iyon?" takang-taka si Fidel.

"Oo, Fidel, at may bangka pang may lulang binata at mga dalaga na makikipamista ang lumubog at nangawala."

"Nakatatakot! Bakit daw nagkagayon?"

"Hinampas daw ng buntot ng malaking ahas ang bangka, at nangawala ang mga tao."

"Kung gayon, ang namumuksa sa ilog natin ay ang dragon."

Sa bayan ng Kingwa ay kinagawian ng mga dalaga ang

pagtangad, o pagsalok ng kanilang inumin para sa maghapon. Ginagawa nila iyon tuwing umagang-umaga, kasama ng mga binatang katipan na tumutulong sa paglalagay ng tubig sa ma-habang bumbong na kawayan at sa paghahatid sa kani-kaniyang tahanan ng dalaga. Ganito ang nakagawiang paglilingkod ng binata sa mga magulang ng katipang dalaga. Isang umaga'y nagkagulo ang mga dalaga sa bayang Kingwa.

Isang umaga ay hintakot na nagpanakbuhan silang pauwi sa kani-kanilang tahanan upang ibalita sa kanilang magulang ang nakatatakot na nangyari. Bigla raw lumitaw sa ilog ang isang napakalaking ahas na ang ulo at ang bibig ay kasinlaki ng isang malaking kampana na maluwag na maipapasok ang isang buong tao.

Ang ahas na iyon ang tinatawag na dragon. Kung itaas ng dragong iyon ang kaniyang ulo ay pantay-tao, napakahaba ang leeg at bigla'y nagsalita.

"Mga taga-Kingwa," maliwanag na salita ng dragon, "mga kampon ni Santiago, dapat ninyong malirip na mula ngayon ay ako na ang may-ari ng ilog na ito. Walang sinuman sa inyo na makatatangad dito pagkat ang tubig dito ay inumin ko. Dapat din ninyong malaman na pagkatapos kong uminom, ang tubig ay nagiging lason at ang lahat ng taong uminom ay tiyak na mamamatay."

Subalit sa mga naroon ay may isang dalagang matapang at malakas ang loob ang nakapangahas magsalita.

"Paano naman kaming mga tagarito sa Kingwa, papayagan mo bang mamatay kaming lahat sa uhaw?" hiyaw ng dalagang may malakas na loob.

"Wala akong magagawa," sagot ng dragon.

Noon, sa karamihan ng mga dalaga, ay may napahalong matandang marunong, at naibulong sa mga dalaga. "Mga ineng, ang dragong iyan ay lalang ng demonyo. Huwag kayong mangatakot. Magtiwala kayo sa ating Patrong Santiago at hindi niya tayo pababayaan."

"Paano ba ang aming gagawin upang hindi kami malason ng tubig ng ilog na iyan?" lakas-loob na tanong ng isang dalaga.

"Tayo ay magkasundo," pahayag ng dragon.

"Ano ang ibig mong hilingin sa amin?" tanong ng isang dalaga.

"Ibig ko," sabi ng dragon, "na ang bayang Kingwa, ay magbuwis taun-taon ng isang dalaga tuwing ikatatlumpu ng Disyembre, at kayo ay makakapagpatuloy sa pagsalok ng tubig sa aking ilog."

"Oo, bubuwis kami, huwag lamang mamatay sa uhaw ang mga taga-Kingwa," panabay halos na hiyaw ng mga dalaga.

"Kung gayon, makapagpapatuloy na kayo sa pagsalok," nasisiyahang pahayag ng dragon na nawala sa kanilang paningin.

Nang malapit na ang ikatatlumpu ng Disyembre ay nagpulong ang mga taga-Kingwa upang pagtibayin nila kung paano ang gagawing pagbuwis ng isang dalaga sa ilog. Natitiyak nilang sa umaga ng araw na iyon na itinaning ay naroon na sa ilog ang dragon at naghihintay.

Sa pulong ay napagkasunduan ng mga taga-Kingwa na daanin sa palabunutan ang paghirang sa dalagang ibubuwis.

At siya nga nilang isinagawa.

Bisperas ng takdang araw ay isinagawa na ng mga taga-

Kingwa ang ripa. Isinulat nila sa putul-putol na puting papel ang pangalan ng bawat isang dalaga na sumasalok sa ilog, maingat na nirolyo, at isinilid na lahat sa isang banga. Pagkatapos ay hinalo nila nang hinalo at inalog-alog ang banga.

Tumawag sila ng isang batang lalaking may apat na taong gulang at siyang pinadukot ng maliit na papel na kinasusulatan ng pangalan ng dalagang ibubuwis sa dragon sa ilog.

Kaharap ang buong bayan.

Dumukot na ang bata. Lahat ng tao nang oras na iyo'y nagdarasal at tumatawag sa mahal na Poong Santiago.

Natigilan at napipi ang lahat nang isigaw ang pangalan ng nakasulat sa papel na nadukot ng bata:

"Si Iday, na anak ng Kapitang Bestre na kasalukuyang may baras!"

Ang dalagang tinuran ay napakaganda at napakabait at mahal sa lahat ng mamamayan ng Kingwa.

Walang imik ang lahat; walang maririnig kundi hingal ng nagsisikip na dibdib.

"Kapitang Bestre," sabi ng isang matandang lalaki, "iligtas po natin ang anak mo, siya po'y huwag nating ibuwis sa dragon; tutubusin po siya ni Masay na anak ko."

At marami pang nagprisinta kay Kapitang Bestre ng mga anak nila upang ipalit sa anak ng kapitan.

"Hindi maaari!" sigaw ni Kapitang Bestre. "Hindi ako makapapayag. Kung talagang ibig ni Santiagong mawalan ako ng anak na dalaga ay huwag lamang mamatay nang uhaw ang irog kong bayan!"

Dalawa ang gulo ng bayang Kingwa: isang gulo sa pista ng

mahal na Patrong Santiago at isang malagim na gulo sa pag-
dadala sa ilog na mahiwaga kay Iday na ibubuwis sa dragon.

Hugos na ang buong bayan na kasunod ni Iday. Lahat ay
nagsisitangis sa nakaambang kamatayan.

Malayo pa ang mga tao'y natanaw na ng malupit na dragon
sa gitna ng ilog, na nanghahaba ang leeg sa paghihintay sa dala-
gang ibubuwis ang buhay.

Pagsapit sa pampang ng ilog ay tumigil ang buong taga-
Kingwa. Lahat ng tao'y malakas na humingi ng awa at tulong sa
kanilang mahal na Patrong Santiago.

Si Iday ay lumusong na sa ilog na akay ng kaniyang ama;
kasunod nila ang makapal na tao.

Nang malapit na si Iday sa kinalalagyan ng dragon na ang
mga mata nanlilisik at lalabas-labas ang dilang parang walis sa
dami ng dulo, ay nagsigawan ang mga tao:

"Paalam, Iday!"

Siyang pagsipot ng isang matapang na bayaning mandirigma

na nakasakay sa isang makisig na kabayong puti at may hawak na sandata. Ang kaniyang kabayo'y tumatakbo sa ibabaw ng tubig, tuloy-tuloy sa kinalalagyan ng dragon at biglang sinaksak ng espada sa mata na tumagos sa kabilang mata. Namatay ang dragon na butas ang dalawang mata. Lumakas at lumaki ang alon sa ilog dahil sa pag-alumpihit ng dragon na lubhang napakahaba.

Lahat ay namangha. Walang sinumang nakakilos sa pag-kakaligtas na iyon ng mabait na si Iday. At ang lalo pa nilang ipi-nagtaka ay ang biglang pagsipot ng mahiwagang bayani. Hindi nila siya nakilala ngunit nang makapagmuni ang taumbayan ay nabuo ang kanilang paniwala na ang mahal na Poong Santiago ang siyang nakasakay sa kabayong puti at lumupig sa dragon.

Wakas

Binibining Tumalo
sa Mahal na Hari

S a kaharian ng Tondo ay may napakagandang binibining Sharay ang pangalan. Siya rin ang pinakamagandang binibini sa lahat ng iba pang kaharian.

Isang araw ay kinausap ng Mahal na Hari ang kaniyang taga-paglingkod, si Tasan, ang ama ng magandang binibini.

"Tasan, may balita akong ang Prinsipe Pido ay palagi sa inyo at tila nanliligaw sa iyong anak."

"Ganoon na nga po, Mahal na Hari."

"Napakaganda raw ng anak mo. Totoo ba?"

"Talaga pong maganda. Kahiya-hiya man na akong ama ang magsabi."

"Ano ang pangalan ng anak mo, Tasan?"

"Sharay po, Mahal na Hari. Pero hindi lang po kagandahan ang kaniyang katangian..."

"At ano pa?"

"Wala pong katulad na katalinuhan. Napakatalino po."

"Totoo ba?"

"Mahal na Hari, hindi po ako marunong magsinungaling. Sa

tagal na po ng aking paglilingkod sa inyo ay nahuli ninyo na ba akong nagsinungaling?"

"Hindi nga, Tasan, kaya nakita mo naman ang turing ko sa iyo, na kinaiinggitan ng marami..."

"Totoo po ba, Mahal na Hari?"

"Oo. Kaya hindi agad ako naniniwala sa mga bali-balita. Ako'y may sariling bait, Tasan, at nalalaman ko ang aking ginagawa."

Isang hapon, tinawag ng Mahal na Hari ang kaniyang kaisa-isang anak na si Prinsipe Pido.

"Pido, saan ang tungo mo, Anak ko? Kina Sharay ba?"

Si Pido ay napangiti lamang, at hindi nakasagot.

"Huwag kang mahiya, Anak ko, hindi kita binabawalan. Dinaramdam ko lamang..."

"Ano iyon, Ama ko?"

"Na ang binibining iya'y hindi dugong hari..."

Noong unang panahon ang mga kaharian ay mana-mana gaya ng mga kaharian sa Europa.

"Hindi nga, Ama ko, pagkat ang kaniyang kamay ay sa Tsambelan mo lamang, ngunit kung ako ang mapapangasawa niya ay iaakyat ko siya sa trono, pagkat ako ang lalaki. Hindi ako bababa sa kaniyang kinalalagyan."

"May katuwiran ka! Pero ano ang nakita mong katangian kay Sharay, at nahumaling ang loob mo sa kaniya at pakakasalan pa?

"Ang una, Ama ko, ay ang kagandahan. Si Sharay ay napaka-ganda at marahil ay pinakamaganda sa lahat ng babae."

"Huwag namang labis ang iyong pagpuri kay Sharay. Tayong mga lalaki ay talagang gayon kapag tayo'y may iniibig—sa palagay natin ang babaeng iyon ay ubod na ng ganda, at wala nang aabot pa sa kaniyang kagandahan hanggang pag nag-asawa na'y saka makikita ang kaniyang kapangitan. Ano pa ang katangian ni Sharay, maliban sa kagandahan?"

"Ama ko, napakatalino niya!"

"Gayon nga ang balita ko. O sige, Anak, lumakad ka na at gagabihin ka. "

Nang makaalis ang anak ay napaisip ang Mahal na Hari sa kaniyang pag-iisa:

"Susubukin ko ang kaniyang katalinuhan. Makikilala ko kung siya'y karapat-dapat na maging manugang ng isang Hari."

Hindi ipinaalam ng Mahal na Hari sa kaniyang Tsambelan ang kaniyang balak.

Tinawag ng Hari ang isa sa kaniyang mga alagad, at nagpa-hanap ng isang ibong maliit, isang pipit. Pinalagyan niya ng ga-pos ang dalawang paa ng ibon tulad ng isang pabong papatayin.

"Ang ibong ito," sabi ng Hari, "ay dadalhin mo ngayon din kay Binibining Sharay. Huwag mong ipagsasabi itong iniuutos ko sa iyo."

"Hindi po, Mahal na Hari, huwag po kayong mag-alaala. Ano po ang sasabihin ko kay Binibining Sharay?"

"Sabihin mong ibig ng Mahal na Hari na makatikim ng kaniyang luto. Ang ibong iyang dala mo, ay gawin niyang labin-dalawang pinggan na may iba-ibang luto."

"Sasabihin ko po, Mahal na Hari," at agad pumaroon sa bahay ni Sharay, at ibinigay ang ibong pipit at sinabi ang nais ng hari.

"Iwan mo na," sabi ni Sharay, "sabihin mo sa Mahal na Hari, na ibinigay mo na sa akin, at tinanggap ko naman."

"Opo, Binibining Sharay, ako po'y aalis na."

Kinahapunan, tumanggap ang Mahal na Hari ng isang liham mula kay Sharay, na ipinahatid sa isang utusang babae. Ganito ang nakasaad sa sulat:

Mahal na Hari:

Ikinagagalak ko pong tinanggap ang padala mong ibon, at ako po'y nakahandang tumalima sa iyong utos. Kalakip po nito ang isa kong ipit na pilak, na isinasamo kong ipagawa ng inyong kamahalan ng labindalawang pinggan at labindalawang sandok. Pagkayari ay mangyari po lamang na ipahatid sa akin nang mailagay ko doon ang labindalawang iba-ibang luto na gagawin sa ibong pipit. Ang lingkod ng Mahal na Hari:

Sharay.

Matapos na mabasa ang liham ni Sharay, ay napatawa nang malakas ang Mahal na Hari, at nawika sa sarili: "Talagang matalino ang babaeng iyan." Ngunit idinagdag: "Ibubuko ko at ibubuko ko ang katalinuhan."

Ipinaglihim niya sa anak ang nangyari, at di ipinakita ang sulat ni Sharay.

Pagkaraan ng ilang araw ay tinawag na naman ng Mahal na Hari ang alagad, at iniutos:

"Hoy, Lamukot, halika."

"Mahal na Hari," at tumungo ito na halos sumayad sa sahig ang mukha, "mag-utos po kayo."

"Hulihin mo ang pinakamalaki sa aking mga tupa...."

"Opo, Mahal na Hari."

"Ang tupa'y dalhin mo sa bahay ng tsambelan, at ibigay mo kay Sharay. Sabihin mong kailangan ko ang kaniyang tulong."

"Na ano po iyon?"

"Hintay ka, Lamukot, at hindi pa ako natatapos magsalita. Sabihin mong ipagpalit niya ng ginto ang tupang iyan. Pero pag ipinadala niya ang ginto sa akin, ay dadalhin din niyang muli ang tupa pagkat iya'y mahal sa akin."

"Opo, Mahal na Hari. Ako po'y aalis na."

At lumakad na si Lamukot na akay ang tupa.

Habang naglalakad ay nagsasalita siyang mag-isa na masahol pa sa nagsisimulang masira ang isip.

"Naloloko na yata ang aking Mahal na Hari. Maaari bang nais niyang ipagpalit ng ginto ang kaniyang tupa, at ito'y muli ring maisauli sa kaniya? Talinghaga!"

Pagdating ni Lamukot sa bahay ni Sharay, ay isinaysay niyang lahat nang walang labis at walang kulang ang tagubilin ng Mahal na Hari.

Napuna ni Lamukot na si Sharay ay hindi man lamang na-gitla. Tinanggap ang pasabi ng hari na parang walang anuman. Nakangiti pa ang binibini at umaawit:

"Oo, Lamukot, iwan mo na ang tupa at sabihin mo sa Mahal na Hari, na ang sagot ko'y oo."

Si Lamukot ay umalis nang tungo ang ulo at nag-iisip, at kinakausap ang sarili:

"Paano kaya ang gagawin ng binibining ito? Magnanakaw kaya ng ginto? Dalawang sira ang isip ang nagkatagpo! Kung sira ang isip ng Mahal na Hari ay lalo namang sira ang isip ng binibining ito."

Pagdating sa palasyo ng utusan ay sinabi ang kasagutan ng Binibining Sharay.

"Hindi ba natigilan at nag-isip si Sharay?"

"Hindi po, Mahal na Hari; nakangiti pa po't aawit-awit, e."

"Ganoon ba?" at bumulong sa sarili ng: "Talaga yatang hindi ko maibubuko ang babaeng iyan, subalit tingnan ko kung ano ang kaniyang gagawin upang siya'y makatupad sa aking ibig."

Ikalawang araw pa lamang ay sumipot na sa palasyo ng Mahal na Hari si Sharay, na hila-hila ang tupa, subalit ahit na ang balahibo. Isinauli niya sa Mahal na Hari at iniabot sa mga kamay nito ang isang garapong may lamang pulbos na ginto. Ang balahibo pala ng tupa ang ipinampalit ng ginto ni Sharay sa mga Indiyong Ingles, na nang panahong yaon ay nampapalit ng balat at balahibo ng hayop, at ang tupa ang ibig nila pagkat sa Inglatera'y napeste ang mga tupa.

Nagsimula nang maniwala ang Mahal na Hari na si Sharay ay sadyang matalino. Ngunit sa ikatlong pagkakataon ay muli niyang sinubok ang dalaga.

Muli ay inutusan niya si Lamukot, upang sabihin kay Sharay na siya'y may sakit at ang hatol ng manggagamot ay uminom siya ng gatas ng torong hubero. Kung siya'y mapadalhan ni Sharay ng gatas na iyon ay kikilanin niyang malaking utang na loob.

"Lamukot, ano ang sagot sa iyo ng matalinong binibini?" tanong ng Mahal na Hari sa utusan nang makapanggaling ito sa dalaga.

"Sabihin ko raw po sa inyo, na kapag siya'y nakakuha ng gatas ng toro ay dadalhin niya kayo agad, nang gumaling ang inyong sakit."

Ang hari ay tawa nang tawa at mag-isang nagsalita:

"Nabuko na ang matalinong Sharay, nabuko na! Mahigpit na butas ang kaniyang pagdaraanan ngayon."

Ipinahayag ng Mahal na Hari na bukas ng umaga, hanggang tumaas na ang araw, ay bawal maligo o maglaba sa Ilog Pritil ang sinuman, pagkat ang Mahal na Hari ay maliligo pagbangon sa higaan.

Nang malaman ni Sharay ang gayong mahigpit na utos ng Mahal na Hari ay naglamay siya. Naglatag siya ng banig at sa ibabaw nito ay pinatay ang alagang baboy, kaya ang banig ay naglawa sa dugo. Doon din sa banig ay ibinalot niya pati ang lapay ng baboy.

Kinaumagahan, ang banig na iyon ay dinala ni Sharay sa ilog at siya'y lumusong kahit na bawal sa malapit na malapit sa pinaliliguan ng Mahal na Hari.

Nang mapuna ng hari na ang kaniyang tubig na ipinaliligo ay mapula at may lahok na dugo ay galit na galit itong ipinahanap ang pinanggagalingan ng dugo.

Hinuli si Sharay ng mga alagad ng hari at dinala upang mangatuwiran sa harap ng Mahal na Hari:

"Sharay, ikaw pala, ano't sinuway mo ang aking utos?"

"Paumanhin po, Mahal na Hari, ngunit hindi po maaaring

palagpasin sa oras ang paglalaba ng pinanganakan ng aking ama."

"Pinanganakan ng iyong ama? Nasisira na ba ang isip mo? Ang lalaki ay hindi maaaring manganak!"

"Kung hindi po maaaring manganak ang ama ko ay hindi ka po naman dapat na humiling ng gatas ng 'toro,' pagkat nalalaman mo nang lubha na ang hindi manganak ay hindi magagatasan, di po ba?"

"Talo mo na ako, Sharay. May katuwiran ka at talagang matalino ka. Bukas na bukas, ay ipakakasal kita sa Prinsipe Pido, ang aking kaisa-isang anak."

Wakas

Ang Ilog ng Telebeng

Sa bayan ng Nagcarlan, Laguna, ay may isang mahiwagang ilog, na nasa libis ng bundok na kung tawagi'y mahiwagang Ilog ng Telebeng. Noong unang panaho'y tinawag itong ilog ng mga tiyanak, pagkat kung hatinggabi raw at kabilugan ng buwan ay may mga tiyanak na naliligo dito.

Sa isang nayong malapit sa ilog ay may nakatirang dalawang angkan ng dalawang magkababata—sina Tisya at Umeng. Nang magsilaki sila ay nagkasundo ang kanilang mga kaanak sa kanilang pag-iisang-dibdib.

Isang gabi ay napag-usapan ng magkasintahan ang tungkol sa kanilang pagpapakasal. Habang nagkukuwentuhan ay nabanggit ni Umeng ang bali-balitang narinig niya na ang sinumang maligo sa Ilog ng Telebeng sa gabing kabilugan ng buwan ay nakakukuha ng mga gintong sinlaki ng luya na kung araw ay hindi makita ninuman.

"Naku, Umeng, magtigil ka nga. Sa ilog na iyan ay nagsisipaligo ang mga tiyanak kung kabilugan ng buwan. Baka ka pa samain," sabi ni Tisya.

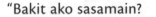

"Bakit ako sasamain?

"Kalokohan, kung sa kapwa ko tao na may gulok pa sa bay-wang ay hindi ako natatakot, sa tiyanak pa?"

"Ikaw ang bahala. Sinasabi ko lamang sa iyo pagkat marami nang nagnais ng ibig mong gawin ang napigilan ng kanilang mga magulang. May sinasabi ang ating mga ninuno, na noon daw ay may taong naligo sa ilog na iyan sa gabing kabilugan ng buwan, at hindi na nakabalik pa sa kaniyang ama't ina. Nawalang parang kinain ng laho."

"Iya'y hindi totoo, Tisya. Ipagtanong mo't ang matandang nagsabi ng iyong sinabi ay sinabi lamang ang sabi sa kaniya, at sa nagsabi sa kaniya'y may nagsabi naman at ganoon, pawang sabi-sabi lamang. Kasinungalingan lahat iyon."

"Ikaw ang bahala, matigas ang ulo mo."

"Hindi katigasan ng ulo, Tisya, hindi. Ibig kong makatuklas ng mga kayamanan. Biro mo ang ginhawa nating tatamuhin kung ako'y makatuklas ng mga ginto! Marahil ang kasal natin ay masiglang-masigla at pagkasaya-saya. Patutugtugin sa pagdiri-wang ang mga kampana ng simbahan."

"Baka ang mga kampana'y magsitangis na pagtugtog ng agunyas sa pagkawala mo. Mahirap na ang binabalak mong paliligo sa Ilog ng Telebeng sa gabing kabilugan ng buwan. Kung talagang tayo'y yayaman ay yayaman tayo, at hindi mo na kailangang ipagsapalaran ang buhay mo."

11

Nang dumaan ang kabilugan ng buwan, at nang si Umeng ay dumalaw kina Tisya, ibinalita nitong siya'y nakapaligo na sa Ilog ng Telebeng, kasabay ang pagbibigay ng gintong sinlaki ng kaputol na luya kay Tisya.

"Tisya," sabi ni Umeng, "itago mo iya't ating tipunin. Iya'y kaloob sa akin ng mga kaibigan kong tiyanak sa Ilog ng Telebeng na totoong mamina ng ginto."

"Totoo, Umeng? Hindi ka nila binihag at dinala sa kanilang bayan? Sila'y may bayan daw na sarili, gayon ang sabi ng ating mga ninuno. Salamat at nakauwi ka! Gayunman, Umeng, ay huwag ka nang muling maligo roon kahit di na tayo yumaman; baka ikaw ay pinawiwili lamang ng mga iyon."

"Ano bang pinawiwili? Hindi, Tisya, talagang mabubuti e. Pinagbilinan pa akong bumalik at makisama ako sa kanila at bibigyan nila ako ng maraming ginto, pagkat ang kanilang minang alaga ay hindi mauubos kailan pa man."

"Siyanga ba? Kung gayo'y yayaman tayo?"

"Walang alinlangan, Tisya, at kung marami na tayong gintong natitipon ay saka tayo pakasal. Idaos natin ang ating kasalang magarang-magara sa simbahan. Sa bayan tayo pakasal nang magulat ang mga tagabayan. Ano ang tingin mo, Tisya?"

"Mabuti nga ang ganoon. Silang mga tagabayan ay ating gulatin naman nang huwag nilang masabing tayong mga taganayon ay pawang mga dukha."

"Iyan ang ibig kong sabihin, Tisya."

Kung kaya tuwing kabilugan ng buwan ay naliligo nga si Umeng sa Ilog ng Telebeng.

Wiling-wili na sa gayon ang magkasintahan na sa tuwina'y may uwing ginto si Umeng. Madalas ay madaling araw na kung ito'y umuwi ng bahay.

Isang araw na madilim pa'y bumangon na si Tisya sa pana-nabik na makita ang gintong inuwi ni Umeng na galing sa mina ng Ilog ng Telebeng. Inabot na siya ng taas ng araw sa kaniyang paghihintay kay Umeng ay hindi pa rin ito dumating.

"Alas dose na," ang paiyak na sabi ni Tisya, "ay wala pa si Umeng ko! Ano kayang sakuna ang nangyari sa kaniya?"

Nakalipas ang araw na iyon. Ang sumunod ay gayon din. Lumipas ang ilang linggo, ang ikalawa't ikatlo, at lumipas na ang buwan. Wala pa rin si Umeng, hindi na nagbalik.

Nagsimula na noon ang malagim na kalbaryo ni Tisya.

Nang bumilang na ng taon ang pagkawala ni Umeng, ay marami nang ibang binata ang naglakas-loob na lumigaw kay Tisya.

"Tisya," sabi ng isang binata, "paano ka? Magtigil ka na nang kaiiyak. Matutuyuan ka ng luha at ikaw, Tisya, ay magmumukhang matanda agad. Ipaubaya mo na si Umeng kay Bathala, at ikaw ay manahimik na, at si Umeng ay huwag mo nang antayin pa."

"Hindi na magbabago pa ang sinumpaan ko sa sarili kong loob; siya'y aantayin ko hanggang sa oras ng aking kamatayan."

"Napakamatimtiman mo, Tisya!"

"Hindi ko masabi kung pagkamatimtiman ang ginagawa ko, ngunit siyang bukal sa aking puso."

III

Si Tisya ay nahumaling sa mga gawaing banal. Ang nakatago niyang ginto na bigay sa kaniya ni Umeng ay iniluwas sa Maynila at pinapalitan ng perang papel. Ang kayamanang iyon ay ini-ukol ni Tisya sa pagkakawanggawa. Ang kaniyang paglilimos ay patungkol na lahat kay Umeng, upang ipagkaloob ni Bathalang ito'y mabalik sa kaniya. Si Tisya'y lagi na lamang tumatawag sa Mahal na Birhen, walang oras na di nananalangin.

"Ang Diyos lamang at ang Mahal na Birhen ang tanging makagagawa ng himalang si Umeng ay magbalik sa akin!" sabi ni Tisya sa sarili, "kaya sila ang tinatawagan ko!"

Tunay ang sabi ng mga binata kay Tisya, na impitin nito ang pagluha at nang huwag siyang magmukhang matanda. Si Tisya'y nangayayat at tinubuan ng maraming puting buhok at bigla'y nagmukhang Birhen Dolorosa kung Biyernes Santo. Mabuti na lamang at lagi siyang dinadalaw ng mga kaibigan at kapitbahay upang siya'y aliwin.

Ang di nagbabagong paksa ng kanilang mga salitaan ay lagi na lamang sa mga engkanto, sa duwende, sa tiyanak, sa tikbalang at iba pa.

"Baka nabihag na ng mga tiyanak si Umeng," sabi ng isang babaeng dumalaw kay Tisya.

"Ewan ko ba," ani Tisya, "hindi ko nga malaman e."

"Talaga, Tisya. Marami akong masasabi sa iyo tungkol diyan sa mga laman-lupa."

"At bakit mo nalaman?"

"Ganoon ang kuwento ng aking nuno noong kami ay maliliit."

"Ano iyon?"

"Isang gabi ay dumating daw sa bahay ang asawa ng isang babaeng may anak na pasusuhin.

"'Ingga,' ang sabi ng lalaki, 'ang batang ito'y kaawa-awa naman. Napulot ko sa pilapil na iiyak-iyak. Marahil ay itinapon ng ina. Kinuha ko't baka mamamatay sa gutom kaya ayaw tumigil sa pagngawa. Narito, pasusuhin mo nga't kaawa-awa naman.'

"Kinuha kaagad ng asawa ang uwing bata at pinasuso.

"'Naku, Inggo, gutom na gutom ang batang ito, kay lakas sumuso.'

"Walang anu-ano'y napansin ni Inggo na ang kaniyang asawa'y putlang-putla na't mukhang bangkay at malalalim na ang mga mata. Napuna rin ni Inggo na ang bibig ng batang sumususo ay namumugigi sa dugo. Hindi na gatas ang nasususo sa dibdib ng kaniyang asawa kundi sariwang dugo.

"'Lintik ito!' ang sigaw ni Inggo, 'ito'y demonyo't hindi bata!' Hiniklat niya sa kandungan ng maybahay ang batang pulot at ipinukol sa malayo. Subalit nang lumagapak sa lupa ang bata ay patayo at nakangisi pa.

"'Naku,' ang sigaw ni Inggo na tigib na galit, 'tiyanak pala ang demonyo!'"

"Kaya nga magunita ko lang na si Umeng sa oras na ito, ay sumailalim sa kapangyarihan ng mga impaktong iyan ay nanghihilakbot ako," sabi ni Tisya.

"Siyanga, Tisya, kahabag-habag naman si Umeng mo."

"Kaya hindi ako tumitigil ng kahihingi ng awa kay Bathala."

IV

Mahigit nang dalawang taon nang mawala si Umeng, subalit sandali ma'y hindi siya nalimutan ni Tisya, ang babaeng uliran sa gawang umibig.

Tuloy si Tisya sa pagkakawanggawa sa kapwa at pagtawag kay Bathala at sa Mahal na Birhen.

Minsan sa kaniyang pananalangin ay sunud-sunod na katok sa pinto ang kaniyang narinig. "Sino iyan?"

"Ako, Tisya!"

Napalundag si Tisya at napasigaw.

"Umeng!" nakilala niya agad-agad ang tinig ni Umeng.

Nagkusot ng mga mata si Tisya at nagsabi sa sarili:

"Ako'y nangangarap yata."

Ngunit tumawag muli ang tinig, "Tisya, buksan mo ako."

Patakbong binuksan ni Tisya ang pinto.

"Umeng! Umeng ko! Maawaing Diyos! Salamat sa iyo, Mahal na Birhen!"

"Ako nga si Umeng!"

"Umeng, hindi ka tumanda. Ngunit tingnan mo't ang dami ko nang puting buhok at payat na payat na ako. Buto't balat na raw ang sabi ng madla."

"Di ka rin nagbago, kay ganda mo, Tisya!"

"Bakit ka nawala, Umeng?"

"Nabihag ako ng mga tiyanak!"

"Sinasabi ko na, Umeng, ngunit salamat naman at ikaw ay nakabalik pang muli. Ikuwento mo nga kung ano ang nangyari sa iyo."

"Oo, isasaysay ko, ngunit mahabang salaysayin. Ako'y pakanin mo muna, at ako'y nagugutom."

Naghain ng hapunan si Tisya kay Umeng. Habang kumakain ay ibinibida nito ang nangyari sa kaniya.

"Ako'y dinala ng mga tiyanak sa kanilang masayang bayan—may bayan pala ang mga iyan na katulad din natin. Ako ay minahal ng mayaman sa lahat ng kaginoohan doon."

"At ano ang pangalan ng kanilang bayan?"

"Telebeng, gaya rin ng pangalan ng ilog na iyan."

"Totoo nga?"

"Oo, Telebeng. Ang nag-aruga sa akin ay may anak na dalaga na pagkaganda-ganda."

"Niligawan mo marahil, hane?"

"Hindi ko niligawan, Tisya, subalit sapilitang ako'y ipinakasal."

"Ipinakasal ka?"

"Oo, ipinakasal ako sa kaniyang anak."

"Walanghiya!" ang sabi ni Tisya na tigib ng panibugho. "At ano pa ang nangyari sa iyo?"

"Nang maghalalan ng kapitan sa bayan ay inihalal akong kapitan."

"Ha?"

"At sa pagiging kapitan ko sa bayan ang siyang naging daan upang makaalis ako sa bayang iyon."

"Paano ang nangyari?"

"Tumakbo ako ng pagkakapitan sa bayan. May malaking piging na ginawa ang biyenan ko. Kami ay nangakaupo na sa ligid ng isang mahabang dulang. Nang oras na yaon ay naalaala ko ang sinabi sa akin ng aking lelong, na sakali raw at ako'y yumaman at maging maginoo sa bayan ko, sa unang salusalong ihandog sa akin ng aking kapanalig ay huwag kong ipahalata kaninuman na kumuha ako ng asin at ang tapat ng aking pinggan ay lagyan ko ng krus na asin. Ako raw ay maligayang makatutupad sa aking tungkulin bilang kapitan. At akalain mo, Tisya?" at humingal-hingal si Umeng.

"Bakit, ano ang nangyari?"

"Naku, Panginoon kong Diyos! Nang maikurus ko ang asin ay biglang nagdilim ang aming kinalalagyan. Naghumugong nang katakut-takot na akala mo'y nagliparan ang sanlaksang demonyo. Ako'y nawala sa aking pagkatao, at nang ako'y pagsaulian ng malay ay nakita ko na lamang na ako'y nasa itaas ng puno ng sampalok sa tabi ng Ilog ng Telebeng."

"Mahiwagang tunay! At ano ang laman ng iyang nakabalot na dala-dala mo?"

"Iyan, Tisya ang di na natin mauubos pang kayamanan. Ang laman niya'y pawang ginto."

"Gayon ba? At bakit ka nakapagdala?"

"Ang ginawa ko'y sa tuwing maliligo kami sa ilog na iyan, na kasama ko ang aking pamilya ay kuha ako nang kuha ng ginto, at ibabaon ko sa ilalim ng sampalukan. Nang ako'y bumaba ay hinukay ko, at iniuwi rito."

Si Umeng at si Tisya'y nagpakasal, at sila'y naging ubod ng yaman. Subalit sila'y umalis na sa nayong iyon, pagkat gabi-gabi ay may naririnig silang tinig ng babae na tinatawag si Umeng.

Wakas

Ang Hari sa Bundok na Ginto

A nak ng mag-asawang Don Pedro at Donya Luisa si Juan, na pinalayawan nilang Saragate, pagkat maliit pa'y napakapilyo na at hindi nila masupil. Madalas na talunin niya ang mga kapatid kahit mas matanda ang mga ito sa kaniya. Habang lumalaki ay bukambibig niya: "Ako'y magiging hari sa Bundok na Ginto."

"Loko ang batang ito," sabi raw ng ama. "Maaari ba iyon?"

"Maaari, Tatay, ayon sa aklat na nabasa ko. Totoong may tinatawag na Bundok na Ginto at doon ay may hari. Ang haring iyon ay may isang anak na babae na kung tawagin ay Prinsesa Tik-Hay na ubod ng ganda. Siya ang ibig kong maging kapalaran."

"At saang dako ng mundo naroon ang bundok na iyan?" ang tanong ng amang si Don Pedro.

"Nasa dakong Asya."

"Saan mo nabasa ang lahat ng iyan?" ang tanong ng ama ni Saragate.

"Isang maliit na batang babaeng pagkaganda-ganda ang nag-abot sa akin ng aklat, at pagkatapos ay biglang nawala."

"Malokong bata ka talaga," payamot na sabi ni Don Pedro. "Ibig mong maniwala kami sa iyo."

Takang-taka ang mag-asawa kung bakit si Saragate ay walang kahilig-hilig sa panliligaw sa kaniyang mga kababayan.

"Baka bakla ang anak natin?" sabi ni Don Pedro kay Donya Luisa, isang araw na sila'y nag-uusap.

"Ano bang bakla ang sinasabi mo? Hindi pa lamang niya natatagpuan ang tama sa puso niya."

"Ang ibig kasi'y prinsesa, e. Ibig maging hari ni Saragate," at nagtawanan ang mag-asawa.

Isang araw ay biglang nawala si Saragate.

"Saan naparoon si Juan?" tanong ng ama sa mga kapatid ni Saragate.

"Ewan po namin. Hindi na po namin nagisnan, e."

"Ngayon din ay tingnan ninyo ang mga damit sa aparador," utos ng ina.

Wala ni isang damit na iniwan si Juan. Pagtingin ng mag-asawa sa kanilang lalagyan ng pera ay isang sulat ang nakita nila sa loob.

"Tatay ko, Nanay ko: Kinuha ko ang kaunting pera upang ako'y may mabaon. Kayong lahat ay susulatan ko. Ako'y paparoon sa malayo sa dakong Asya, at hahanapin ko ang prinsesang anak ng hari sa Bundok na Ginto."

"Naloko ang lintik!" sigaw ni Don Pedro. "Demonyong prinsesa iyan. Juan, Juan, Juan, mapapatay kita!" sa galit ay nasabi pa ni Don Pedro.

II

Ang Hari sa Bundok na Ginto ay kasalukuyang nagagalit sa kaniyang anak na Prinsesa Tik-Hay, pagkat ito'y tumangging pakasal kay Hunt-Tee-Kuy, ang prinsipeng magmamana ng kaharian sa Tsina.

"Ayoko, Tatay, sa Tsino," tutol ng prinsesa. "Ako'y nanaginip, Ama ko, na may darating dito sa atin mula sa dakong Silangan. Butihin at magandang binata at ako ang kaniyang sadya. Sa kaniya ako pakakasal, Ama ko."

"Nasisiraan ka na ba ng bait, Tik-Hay? Ano't maniniwala ka sa pangarap?"

"Ang binata mulang Silangan ay aking aantayin; ayoko sa anak ng emperador ng Tsina," matigas na sagot ng prinsesa.

"Sa kastilyo ka makukulong na mag-isa hanggang dumating ang iyong pangarap. Hindi ka makaaalis diyan hanggang hindi mo sinusunod ang ibig ko."

"Kung gayon, Ama ko," sagot ni Tik-Hay, "maaasahan mong kapag hindi dumating ang napangarap kong binata ay sa kastil-yo na ako mamamatay."

"Anong tigas ng loob mo!"

III

Di naman naglaon ay dumating sa palasyo ng Hari ng Bundok na Ginto si Juan Saragate. Nagpakilala siya sa hari at ipinagtapat ang kaniyang sadya.

"Ako ang Hari sa Bundok na Ginto," ang sabi ng ama ng

Prinsesa Tik-Hay, "at anak ko ang iyong hanap." Itinungo ni Sara-gate ang kaniyang ulo, patunay na siya'y naniniwala sa kausap.

"Ikaw baga'y anak-hari?"

"Opo, ang ama ko po'y hari ng kaniyang kalooban."

"Kung gayo'y reyna ang ina mo?"

"Siya po ang kinikilalang reyna sa aming tahanan."

"Wala rito ang hanap mo."

"At saan po naroon?"

"Nasa loob ng kastilyong iyan," at itinuro ang kastilyong kinalalagyan ng Prinsesa Tik-Hay.

"Ako po ba, Mahal na Hari at ama ng Prinsesa Tik-Hay, ay pinahihintulutan ninyong makapasok sa kastilyong iyan?"

"Maaari kang makapasok sa kastilyong iyan kung ikaw ay talagang matapang. Diyan ay may malaking ahas."

"Ako po'y paparoon."

Ang hari ay nagtawa nang pagkalakas-lakas nang makaalis si Saragate, pagkat inaasahan niyang ang binatang iyo'y kakaykay ng takbo pagkakita sa malaking ahas.

Si Saragate ay nagtuloy sa kastilyo nang walang humahad-lang. Totoo nga, isang pagkalaki-laking ahas ang natunghayan niya, ngunit ang nakagugulat ay nang magsalita ito, "Ako ang Prinsesa Tik-Hay, huwag kang matakot. Ako'y naging ahas sa bagsik ng engkanto ng ama kong hari, pagkat ayokong pakasal sa anak ng emperador sa Tsina pagkat ikaw ang hinihintay ko. Ikaw ang binatang aking napangarap."

"Ganoon ba?"

"Ang pagkaengkanto ko'y malapit nang mawalan ng bisa."

"Malapit na?"

"Irog ko, sa mga pagsubok na gagawin sa iyo ng aking ama, ay huwag masisira ang loob mo. Asahan mo't pagkagaling mo rito ay haharangin ka ng mga unanong itim."

"Mga unanong itim?"

"Oo, mga mukha silang demonyo. Huwag kang mag-alala, dito sa bibig ko ay kunin mo ang isang singsing at isuot. Ililigtas ka nito sa kapahamakan. Sila ang susuko sa iyo."

Kinuha ni Saragate ang singsing at kaniyang isinuot.

"Paalam na, Prinsesa. Araw-araw ay dadalawin kita."

"Huwag kang makakalimot; inaaasahan kita. Ang singsing na iyan ay ihahatid ka saan mo man ibig. Bibigyan ka niyan ng iyong kakanin at iba pang kailangan."

"Salamat, Prinsesa kong irog," at umalis na si Saragate.

IV

Tama ang sabi ng Prinsesa Tik-Hay. Hinarang si Saragate ng mga unanong maiitim, hinaltak, at ibig talian ng tanikala ang kaniyang mga paa. Tatawa-tawa lamang si Saragate, at hindi nagulat, palibhasa'y may pauna na sa kaniya ang Prinsesa Tik-Hay.

Ang ama pala ng prinsesa ay pinanonood si Saragate, at nasaksihan niya ang katapangan ng binata. Sumigaw ang hari nang pagkalakas-lakas, at nangawalang bigla ang mga unanong itim na nakaharang.

Isang alalay ng hari ang inutusan nito at ipinatawag ang matapang na binata.

"Maligayang bati!" sabay iniabot ng Mahal na Hari ang kaniyang kamay. "Ngayon ay ipinagkakatiwala ko sa iyo ang aking anak na Prinsesa Tik-Hay."

"Salamat po, mahal kong biyenan," at sila'y nagyakap.

Nang oras ding iyon ay nawala ang pagkakaengkanto ng Prinsesa Tik-Hay at sila ay nagharap ni Saragate.

"Mahal na Prinsesa, ako'y alipin ng iyong kariktan."

"Binata mulang Silangan, ako'y kabiyak ng iyong dibdib," sagot ng prinsesa at sila'y nagyakap.

Nag-umugong ang galak sa kaharian ng Bundok na Ginto. Si Juan na anak nina Don Pedro at ni Donya Luisa ay nakagayak prinsipe. Ang mga kanyon sa kuta ng kaharian ay nagsisiputok oras-oras ng dalawampu't dalawa bawat isa. Ang kaharian ay hindi pa nakapagdaos nang gayong kagarang pista kundi noon lamang.

Isinalin ang korona ng pagka-hari kay Saragate, pagkat ang haring ama ay totoong matanda na.

Isang araw, habang ang hari at reyna ay nagliliwaliw at ipinakikita kay Saragate ang kanolang mga kayamanan na walang kawangis dito sa buong daigdig, ay nagsabi si Saragate sa kaniyang asawa:

"Tik-Hay, ako sana ay may isang hiling sa iyo."

"Magsabi ka, irog, at kung kaya ko rin lamang ay ipagkakaloob ko sa iyo."

"Ibig ko sana'y pumaroon tayo sa aking bayan. Dalawin natin ang ama't ina ko."

"Sa Silangan?"

"Oo, sa amin. Ibig kong makita naman ang aking ama at ina, ang mga biyenan mo sa madali't sabi."

"Oo, irog ko, ngunit hindi ako makaalis dito sa ating kaharian."

"Ibig ko pa namang ikaw ay maipakilala ko sa aking ama't ina, at gayon din sa aming mga kamag-anak."

"Hindi maaari, irog ko. Ako'y hindi makaaalis sa ating kaharian."

"Kung gayo'y ako lamang mag-isa ang paparoon."

"Oo, subalit itinatagubilin ko sa iyo, huwag na huwag mong nasain na sumipot sa bayan mo, pagkat sa gayong pangyayari, kapag ninais mong ako'y mapasama sa iyo, ay magkakaroon tayo ng isang mahigpit na sakuna sa ating pagsasama."

"Hindi, hindi ko nanasain. Ipinangangako ko sa iyong mag-iingat ako."

"Bumalik ka agad," ang tagubilin ng Reyna Tik-Hay, "baka mawili ka sa inyo'y hindi mo na ako siputin."

"Oo, mahal kong asawa, babalik ako agad."

Laking katuwaan ang lumaganap sa bahay ng mag-asawang Don Pedro at Donya Luisa. Lahat ay gulung-gulo sa pagtanggap kay Juan Saragate.

"Ako ang kasalukuyang Hari sa Bundok na Ginto," ang sabi ni Saragate.

Sa halip na matuwa si Don Pedro at si Donya Luisa ay na-paluha sila nang lubha. Sumaloob nilang sirang-sira ang isip ng kanilang anak. Pati mga kapatid ni Juan ay napaiyak. Ang mga kaharap niya'y hindi nagsisiimik.

"Tila ipinalalagay ninyo na ako'y loko," sabi pa ni Juan na lalo pang ikinahagulgol ng iyak ng lahat.

"Tumahimik ka, Anak ko, at ikaw ay magpahinga," at binulungan si Donya Luisa. "Ito marahil ay nalipasan ng gutom. Kaawa-awa naman! Ipasok natin sa San Lazaro."

Narinig pala ni Juan ang sinabing iyon ng kaniyang ama sa kaniyang ina.

"Hindi ako nalilipasan ng gutom. May hari bang nalipasan ng gutom?"

"Kapag hari ng loko, Anak ko, maaari ding malipasan ng gutom," sabi ni Don Pedro.

Si Juan naman ay nag-isip nang malalim. Inisip niya ang mabuting paraan upang mapaniwala ang kaniyang ama't ina at mga kapatid na siya'y tunay na hari, at hindi haring loko.

Biglang tumindig si Juan, pumasok sa silid, kinuha ang maleta, at binuksan iyon sa harap ng madla.

"Nang kayo'y maniwalang ako ay tunay na Hari ng Bundok na Ginto, ay tingnan ninyo ito," at kinuha sa loob ng maleta ang tipak-tipak na ginto. "Ito ang lupa sa aking bundok."

"Ha?" ang pasigaw na tanong ni Don Pedro at inamoy-amoy ang tipak-tipak na ginto.

"Ginto iyan, Tatay. Huwag ka nang magduda pa."

"Anak ko!" at niyakap ni Don Pedro si Saragate. "Sinasabi ko na't hindi maaaring masira ang isip ng anak ko."

"Hindi nga," sabi ni Donya Luisa at niyakap ang kaniyang anak. "Juan ko!"

Kumalat ang balitang ang anak ni Don Pedro at Donya Luisa ay naging milyonaryo sa paglalakbay sa Asya.

"Ngunit, Juan," ani Don Pedro. "Maaaring ang mga gintong iya'y tinipak mo lamang sa bundok, bagama't hindi ka hari at hindi mo napangasawa ang prinsesa sa Bundok na Ginto."

"Ibig nami'y dalhin mo rito ang asawa mo, ang prinsesa o ang reyna nang aming makilala ang aming manugang," sabi ni Donya Luisa.

"Kung siya ninyong nais ay darating siya rito bukas din," pangako ni Juan na nalimutan nang oras na iyon ang samo't tagubilin ni Tik-Hay, at gayon din ang kaniyang mahigpit na pangako dito.

Malaking paghahanda sa pagtanggap sa kanilang manugang na reyna ang ginawa ng mag-asawang Don Pedro at Donya Luisa.

"Maaaari bang dumating bukas din ang asawa mo, na mag-bubuhat pa sa dakong Asya?" hindi makapaniwalang tanong ni Don Pedro.

"Himala yata ang tinuran mo!" ani Donya Luisa naman.

"Himala nga Tatay, subalit siya'y darating dito, sa bagsik ng aking pagnanais."

Kinaumagahan ay puno na ng panauhin ang bahay ni Don Pedro, at lahat ay ibig na makita ang manugang nilang reyna.

Nang tumatanghali na ay marami nang naiinip sa pag-aantay sa mahiwagang reyna. May mga panauhing nagsisiuwi na at nagsisikain at pagkatapos ay nagbabalik na muli.

Sa mga naiinip ay walang ibang isinasagot si Juan kundi:

"Huwag kayong maiinip, ang kainipan ng tao ang nagpapa-tagal lalo sa inaantay niya."

Walang anu-ano'y may rumaragasang isang nakasisilaw na sasakyang gumugulong na gintong lantay ang dumating, hila ng anim na kabayong puti na ang kutsero'y isang higanteng maitim. Pagkatapat ng karwahe sa pinto ng bahay nina Don Pedro ay tumigil na bigla at nagsibaba ang mga lulan.

Ang Reyna Tik-Hay na pagkaganda-ganda at kay inam ng gayak ay may kasamang anim na abay na magagandang dama.

Ang buong bayan ay nagulo nang labis. Gulat na gulat ang madla at lahat na'y nagsisihipo sa kotseng ginto ng reyna.

Si Don Pedro at Donya Luisa'y nagyakap at nagwika, "Pendong, totoo nga pala!"

Si Juan at si Tik-Hay ay nagyakap din at naghalikan.

"Asawa kong irog," sabi ni Tik-Hay, "hindi mo tinupad ang tagubilin ko."

"Nawala sa ulo ko, Tik-Hay; ako'y patawarin mo."

Ang mga abay ng Reyna Tik-Hay ay nagpaalam na at nagsisakay muli sa karwahe. Humagibis itong papalayo at naglaho sa paningin ng lahat.

VI

Mahimbing ang pagkakatulog ng napagod na si Saragate.

Subalit ang Reyna Tik-Hay ay hindi natutulog; nais niyang parusahan ang esposo sa pagsuway sa kaniyang tagubilin.

Nang tulog na tulog na ang Haring Saragate ay dahan-dahang hinugot ni Reyna Tik-Hay sa daliri ng kaniyang mahal na esposo ang singsing na engkantadong ipinagkaloob niya rito. Hinagkan niya sa noo ang asawa at nagwika, "Paalam, aking esposo, di na muli tayong magkikita! Hindi mo tinupad ang aking tagubilin. Ikaw din ang may kasalanan," at ang Reyna Tik-Hay ay nagbalik nang oras ding iyon sa Bundok na Ginto.

Nagkagulo sa bahay ni Don Pedro nang malaman ng lahat ang nangyari.

"Huwag kang malumbay, anak, sa pagkawala ni Tik-Hay!" wika ni Don Pedro.

"Tatang, hindi maaari, pagkat siya'y minamahal ko."

"Subalit hindi ka niya iniibig kaya't umalis. Nariyan si Nitang na pagkaganda-gandang anak ni Kapitan Ambo, sa kaniya kita ipakakasal."

"Hindi maaari, Tatang, na siya'y hindi ko hanapin. Mapugto man ang hininga ko'y hahanapin ko't hahanapin siya," at si Saragate ay nagpaalam sa kaniyang ama at ina.

Bago umalis si Juan ay lumuhod sa harap ng kaniyang ama at ina at hiniling na siya'y bendisyunan upang iyon ay maging patnubay sa kaniyang paglakad.

VII

Malubhang hirap ang pinagdaanan at tiniis ni Saragate upang siya'y makarating na muli sa Bundok na Ginto.

Sa labas ng siyudad ay nakakita siya ng dalawang higanteng maiitim na nagtatalo at malapit nang magbanatan.

Nang makita ng mga higante si Saragate ay nagsitigil ito at ang isa ay nagwika, "Ang taong ito ay mukhang makisig at matalino, tayo'y pahatol sa kaniya."

"Oo," pagsang-ayon ng isa at pinigil si Saragate.

"Kaibigan, kami ay dinggin mo sandali."

"Ano iyon?"

"Kami ay nagtatalo at nag-aaway na tuloy," ang sabi ng isang higante.

"Bakit?"

"Dahil sa pagmamay-ari ng isang kapa, isang pares ng sapatos, at isang itak."

"At ano ang katuturan ng mga bagay na iyan?"

"Malalaking bagay. Ang kapa kapag isinuot mo ay hindi ka na makikita ninuman; ang itak kapag itinaga mo sa bangin at sinabi mong malaglag ang ulo mo, ay malalaglag iyon kaagad."

"At ang sapatos?"

"Ang pares ng sapatos kapag nakasuot na sa mga paa mo ay magdadala sa iyo saan mo man ibig makarating."

Si Saragate ay nangiti nang lihim, at nasabi sa sarili: "Ang tatlong bagay na ito'y kailangan kong lubha."

"Ibig kong masubukang lahat, bago ko kayo hatulan."

"Maaari ang gayon," ang panabay na wika ng mga higante.

"Tingnan ko muna ang itak, at susubukin ko sa punong-kahoy," iniabot naman ng higante kay Juan ang itak at nang tangan na ni Saragate ay itinapat sa punongkahoy na pagkalaki-laki ang itak at itinaga sa hangin. Naputol ang puno at bumagsak ang dakong itaas. "Magaling," ang sabi ni Saragate.

"Ang sapatos, iabot ninyo sa akin." Iniabot naman ng mga higante ang sapatos. Isinuot ni Saragate. At naramdaman niya na ang sapatos ay katulad ng sapatos ni Diyos Merkurio, na may pakpak, at ibig siyang ilipad.

"Iabot din ninyo sa akin ang kapa."

Iniabot naman ng mga higante ang kapa. Nang maisuot na ni Saragate ang kapa ay hindi na siya nakita ng mga higante. Dala ang itak at suot ang pares na sapatos ay lumipad siyang papalayo sa mga higante. Noon ding sandaling iyon ay dumatal siya sa siyudad ng kaniyang kaharian. Nagtaka nang gayon na lamang si Saragate. Hinubad niya ang kapa upang siya'y makita ng tao at ipinagtanong niya kung ano't gulung-gulo ang kaharian.

"Ngayon po'y ikakasal ang aming reyna sa Prinsipe Hunt-Tee-Koy ng Tsina."

"Ganoon ba? Hindi ba may asawa ang reyna ninyo?" tanong ni Saragate.

"Namatay na po sa paglalakbay."

"Namatay na ang hari ninyo?"

"Opo, namatay na po. Sayang po't napakabuti ng haring iyon."

"Anong oras ang kasal?"

"Mamayang gabi po. Ngayon po'y may isang dakilang salusalo sa palasyo. Nariyan pong lahat ang matataas na tao sa Tsina."

Si Saragate ay tuloy-tuloy sa palasyo na walang nakapansin. Noo'y kasalukuyang nakaupo sa paligid ng mahabang hapag-kainan ang mga panauhin. Naupo ang Prinsipe Hunt-Tee-Koy na anak ng emperador ng Tsina sa piling ni Reyna Tik-Hay. Si Saragate nama'y naupo at sumiksik sa pagitan ng dalawa.

Sa tuwing susubo ng pagkain ang prinsipeng Tsino ay ina-agaw ni Saragate. Galit na galit ang prinsipe at di malaman kung sino ang bumibiro sa kaniya. Hindi siya nakakain ni kaunti at biglang nahuhulog. Nang malaon ay nakarinig siya ng tinig na nagwika: "Huwag kang magtaka, talagang ganoon, isusubo na lamang ay nahuhulog pa. Ang pag-aasawa mo kay Tik-Hay ay hindi matutuloy."

Lalo nang nagalit ang prinsipeng Tsino at naghinalang may sumasalbahe sa kaniya.

Nang matapos ang kainan ay sinundan ni Saragate si Tik-Hay

hanggang sa silid. Nang sila'y mapag-isa na sa silid ay hinubad ni Saragate ang kaniyang kapa.

Si Tik-Hay ay nagulat.

"Saragate, ikaw ay nakabalik?"

"Narito ako at kaharap mo."

"Ako'y ikakasal na sa prinsipeng Tsino, kay Hunt-Tee-Koy."

"Maaari ang gayon kung ako'y talunin niya sa aming pag-aaway."

Lumabas ng silid ang mag-asawang Saragate at Tik-Hay.

Wala nang maririnig na salitaan kundi, "Buhay pala ang hari!"

Nang makita ng prinsipeng Tsino ang dating asawa ni Tik-Hay ay nag-alab ang ito sa galit at nagsumbong sa kaniyang amang Emperador ng Tsina na nag-utos sa mga alagad na dakpin si Saragate at pugutan ng ulo sa liwasan.

Nang marinig ni Saragate ang utos ng emperador na sinang-ayunan ng kaniyang biyenan ay humanda siya sa paglaban. Binunot niya ang itak at lahat ng lumapit ay tinataga niya sa hangin, sabay wikang: "Malaglag ang ulo mo," at nagbagsakan nga sa lupa ang di mabilang na mga ulo ng kaniyang mga kalaban. Nagsiluhod sa kaniyang harap ang mga nalabi at humingi ng patawad, saka nagwika: "Suko na po kami, Mahal na Hari."

Nagsamang muli sina Juan Saragate at Reyna Tik-Hay. Namuno sila nang matiwasay sa Bundok na Ginto sa matagal na panahon, at nagkaanak ng marami.

Wakas

Ang Tatlong Nagpaligsahan

Sina Urbano, Macario, at Santiago ay nangakaupo sa harap ng isang mesa ng malaking restawran sa may dulo ng Pasay. Halos araw-araw, tuwing hapon, ay nagpapalipas sila roon ng oras. Nag-uusap-usap sila ng mga bagay na maaari nilang pakinabangan.

Minsan ay natanaw nila ang isang taong nakasakay sa kalabaw at may hilang isang malaking kambing na may bembe.

"Tingnan ninyo ang salakot ng nakasakay sa kalabaw at may palamuting pilak," sabi ni Urbano sa dalawang kausap. "At may bembe pa ang lintik na kambing. Kaya siguro nilagyan ng bembe ay upang di manakaw."

"Marahil nga," pag-ayon ni Macario.

"Pero sinasabi ko sa inyo, kung gusto ko'y makukuha ko iyan," pagyayabang ni Santiago.

Waring hindi naniniwalang napatingin kay Santiago ang dalawang kaibigan. Napansin iyon ni Santiago, kaya't ipinahayag ang kaniyang balak.

"Hindi ba kayo naniniwalang makukuha ko iyan nang hindi mamamalayan ng pastor?" sabi nito parang nagyayabang.

"Hala nga," udyok ni Urbano, "subukin mo kung makukuha mo nga."

"Pag nakuha mo ang kambing na iyan," waring paghahamon ni Macario, "ipinangangako kong kukunin ko rin ang kalabaw."

"Mga lintik pala kayo," parang tutol na nabigkas ni Urbano. "Pati pala ako'y isusubo ninyo sa kapahamakan."

"Aba, hindi," agap ni Santiago. "Hindi ka namin isinusubo. Kung ayaw mo'y manood ka na lamang."

"Maaari ba 'yon?" salag ni Urbano. "Siyempre, kapag nagpakita kayo ng grasya, kailangang magpakita rin ako. Pagkat hinihingi ng pangyayaring magpakita rin ako ng milagro, nakikiisa ako sa inyong balak. Kapag nakuha ni Santiago ang kambing, at nakuha mo rin, Macario, ang kalabaw, kukunin ko naman ang may pilak na salakot ng pastor, gayundin ang kaniyang baro't salawal."

"Iyan naman ang kahambugan na!" hindi makapaniwalang nasambit ni Macario.

"Ako ba'y nakita na ninyong naghambog?" waring nasaktan si Urbano. "Kapag sinabi ko'y aking ginagawa!"

"Kapag napatunayan mo sa amin ang sinasabi mong iyan," buyo ni Santiago, "ang pagkapangulo ko'y isasalin ko sa iyo. Asahan mo ang sinasabi kong iyan. Ibig ko lamang na ipangako mo sa amin, na hindi mo sasaktan ang pastor."

"Ipinapangako ko sa inyo na makukuha ko ang kailangan ko sa kaniya nang hindi ko siya sasaktan," pangako ni Urbano.

Nang lumabas sa restawran ang tatlong magkakaibigan, agad sumunod sa kambing si Santiago. Ang dalawa'y nakabuntot sa kaniya. Pagkalapit ni Santiago sa kambing ay sinabayan ito sa paglakad. Hinimas-himas ang likod ng kambing. Nang matiyak na walang makakapansin sa kaniya ay kinuha niya ang bembe at sa buntot ng kalabaw itinali. Kaya sa bawat hakbang ng kalabaw, tumutunog iyon na tulad ng nasa kambing pa. Ngunit tumilapon ang bembe sa kapapaspas ng buntot ng kalabaw. Narinig iyon ng pastor. Napalingon ito at napansing wala na ang kambing. Hinanap sa paligid ngunit di nakita.

"Tinamaan ng lintik," nasabing sabay kamot sa ulo. "May bembe na ang aking kambing, nanakaw pa nang hindi ko nararamdaman."

Sa nakitang ayos ng pastor, ay nagmaang-maangang lumapit dito si Macario. Tinanong kung bakit nagkakagayon na parang may hinahanap.

"Ninakaw ho ang kambing kong dadalhin sa eksposisyon ng Karnabal. Wala hong kasinlaki ang kambing kong iyon. Mestiso hong Australyano."

"Kung gano'n, iyon ang nakita kong akay ng isang taong patungo roon," sabi ni Macario na itinuro ang daang lihis sa pinuntahan ni Santiago. "Ang mabuti'y habulin ninyo. At upang abutan ninyo'y iwan ninyo sa akin ang kalabaw at hahawakan ko. Hihintayin ko kayo rito."

"Salamat ho," at iniwan nga ng pastor ang kalabaw kay Macario.

Nang malayo na ang pastor ay dali-daling sumakay si Macario sa hayop at pinalakad itong palayo roon.

Samantala, nang makita ni Urbano na dumarating ang nawalan ng kambing at kalabaw, ay lumuhod siya sa tabi ng balon at umiyak. Umiyak siya nang umiyak nang malakas, hang-

gang sa mapansin siya ng pastor at lapitan nito. Itinanong sa kaniya ang dahilan ng kaniyang pag-iyak.

"Malaking desgrasya ang nangyari sa akin," umiiyak pa ring pagsisinungaling ni Urbano.

"Mahigit pa kaya sa sinapit ko?" patanong na sagot ng pastor. "Ninakaw na ng kung sino ang aking kambing, tinangay pa ng luminlang sa akin ang kalabaw ko."

Sa hangad ni Urbano na magtagumpay ang kaniyang balak ay sinamantala ang pagkakataon. Muli siyang nag-iyak-iyakan at inilahad sa pastor ang kaniyang ipinagkakagayon. Isang komersiyante raw siyang patungo sa Maynila at mamimili. Nagdaan daw lamang siya roon at nagpalipas ng sandali sa isang tindahan ng aliw. Ngunit nang lumabas siya roon ay napansin niyang may tatlong lalaking sumusunod sa kaniya. Sa tingin niya'y may masamang kilos at may iniisip sa kaniyang hindi mabuti, kaya't nang mapatapat siya sa balong iyon ay inihulog niya roon ang kaniyang kaluping punung-puno ng salaping papel, kasama ng kaniyang singsing, at relo. Sinabi rin niya sa pastor na kung makukuha niya sa balon ang nasabing salapi't hiyas, ipagkakaloob niya rito ang kalahati niyon.

"Bakit ako ang ibig mong kumuha at di ikaw?" pag-aalinlangan ng pastor.

"Hindi ako marunong lumangoy, e..." dahilan ni Urbano. "Kaya para mo nang awa, sisirin mo ang balon at bibigyan kita ng mabibili mo ng sampung kalabaw at dalawampung kambing."

Narahuyo ang pastor sa sinabing iyan ni Urbano. Naghubad na ito ng damit at lumusong sa balon. Umaasam sa malaking halagang makakamit at sumisid nang sumisid. Ngunit makaraan ang ilang ulit na pagsisid na wala siyang nasalat na pitaka ay tinawag si Urbano. Nang walang sumagot ay kinakabahan siyang umahon. At natiyak ng pastor na muli na naman siyang nalinlang nang hindi niya abutan si Urbano, gayon din ang hinubad niyang damit at salakot na may pilak.

Wakas

Ang Prinsipeng Ibon

Noon sa bayan ng Tong-kiang ay may isang emperador na may anak na isang babae at siyang prinsesa ng kaharian. Singsing ang pangalan ng prinsesa. Napakaganda ng anak na ito ng emperador kaya kung baga sa bulaklak ay pinagkakaguluhan ng maraming paruparo at bubuyog.

"Ngayong araw na ito," wika ng emperador sa kaniyang anak, "ay labingwalong taon ka na. Tila kinakailangang makipag-isang dibdib ka na. Ang nais ko bago ako bawian ng buhay ng Maykapal ay makita kitang tahimik sa piling ng iyong mapapangasawa."

Natuwa ang Prinsesa Singsing nang marinig ang mungkahi ng kaniyang ama. Hindi niya akalaing bubuksan ng kaniyang ama ang bagay na itinitibok ng kaniyang puso. Ang totoo ay malaon na niyang pangarap na maging kabiyak ng kaniyang iniibig. Malaon nang nais niyang magtapat sa ama, subalit sa takot na magalit ito ay hindi niya masambit ang nais. Ngayon, dahil sa narinig, ay biglang nagliwanag ang diwang dati'y nalalabuan.

"Kailanman ay napakabuti mo sa akin, Ama," tugon ng prinsesa. "Waring nasisinag mo sa kaibuturan ng aking kaluluwa ang marubdob na pagnanais ko sa bagay na iyan."

"Kung gayon ay sadyang ibig mo na palang makipag-isang dibdib?"

"Siyang tunay kamahal-mahalan kong Emperador."

Hinawakan ng ama ang magandang kamay ng anak at hinagkan siya sa noo.

"Ngayon Anak ko ay magpapasabi ako sa lahat ng kaharian upang ang lalo pang bantog na prinsipe ang magsadya dito. Isang piging ang aking ihahandog para sa mga prinsipe nang ikaw ay makapamili. Kinakailangang mapangasawa mo ang lalong makisig at mayaman, dahilan sa ikaw ay napakaganda."

"Ngunit Ama ko," ang may pag-aalinlangang sagot ng prinsesa. "Hindi na kinakailangang anyayahan mo pa ang lahat ng mga prinsipe sa lahat ng bansa."

Ang emperador ay napatitig sa kaniyang anak; hindi niya maunawaan ang ibig sabihin ng prinsesa.

"At bakit? Papaano ka makapag-aasawa kung hindi mo makikita ang lalaking magdadala sa iyo sa harap ng dambana?"

"O, Ama ko, patawarin mo ako sa aking ipagtatapat sa iyo, ngunit ako'y malaon nang sa puso'y may itinatangi."

"Kung gayo'y mayroon ka nang malaong iniibig, Anak ko?"

"Opo, Ama."

"At sinong prinsipe ang pinagsanglaan ng iyong puso? Sabihin mo sa akin nang aking makausap."

Alanganin sa pagtatapat ang prinsesa. Nahahati ang kaniyang loob sa pagtatapat sa ama, pagkat tinitimbang kung karapatdapat o hindi ang kaniyang isisiwalat.

"Ano't hindi ka nakakibo? Bakit hindi mo masabi sa akin kung sinong prinsipe ang iyong iniibig?" Nayayamot na tanong ng emperador.

"Nangangamba ako Ama, pagkat hindi naman prinsipe, at ni hindi kabilang sa mataas na tao ng kaharian ang aking iniibig," wika ng prinsesa.

"Ano ang sinabi mo, Anak ko? Hindi prinsipe at ni wala man lamang katungkulan?"

"Opo, subalit para sa akin ay katimbang ng buong mundo pagkat nadadama kong sa kaniyang piling ako liligaya."

"Sino, sino Anak ko ang lalaking iniibig mo kung gayon?"

"A, ipagpatawad mo, Ama ko, na ipagtapat ko sa iyo na hindi siya lalaki."

Ang mabait na emperador ay nagkamot lang ng ulo at lalong nanlaki ang butas ng ilong dahilan sa narinig. Ano nga nama't hindi raw prinsipe, walang katungkulan, at hindi lalaki ang napupusuan ng kaniyang anak? Isinaloob ng hari na ang kaniyang anak marahil ay nahihibang.

"Ikaw, Anak ko, ay may sakit; oo, mayroon kang karamdaman." Nasabi na lamang ng emperador. "Mabuti sa iyo, Anak, ay mahiga at ipatatawag ko ang manggagamot nang ikaw ay matingnan."

Nag-anyong tatalikod ang emperador upang tawagin ang manggagamot ng kaharian, subalit hinabol siya ni Prinsesa Singsing at hinawakan sa balikat.

"Ama ko, saan ka paroroon? Ako'y walang anumang karamdaman. Ang ipinagtapat ko sa iyo ay totoo."

"Ano ba ang sinasabi mo, Anak? Papaanong makikipag-isang dibdib ka sa isang hindi lalaki? At napatawa nang malakas ang emperador. Hindi ba isang malaking kahangalan ang iyong sinabing iyan? Mayroon ka bang nakita sa daigdig na isang babae ang nag-asawa sa hindi lalaki? Magtigil ka, Anak ko. Hayaan mo akong tawagin ang ating manggagamot nang ikaw ay matingnan."

"Huwag kang tumawag ng manggagamot, Ama, pagkat ako'y tunay na walang karamdaman; ang isip ko'y malinaw at ang sinasabi ko'y totoo. Kung ibig mong maniwala sa akin ay pumaroon ka sa aking silid mamayang paglubog ng araw at ipakikita ko sa iyo ang aking iniibig."

"Ngunit kayo ba'y nagkakaibigan na ng sinasabing hindi lalaking iyan?"

"Opo, Ama ko. Iniibig ko siya at siya naman sa akin ay nag-uukol ng isang walang katapusang pagmamahal."

Litong-lito ang pag-iisip na iniwan ng mabait na emperador ang kaniyang anak. Hindi niya maunawaan ang sinasabi nito. Lumabas siya at nagtuloy doon sa malaking bulwagan upang harapin ang maraming panauhin.

11

Maghapon noong balisa ang mabait na emperador. Hindi siya mapaupo at hindi rin mapatayo. Inip na inip na siya sa paghihintay ng oras, pagkat ang ibig niya ay gumabi na nang makita niya ang kaniyang mamanugangin ayon sa pangako ng anak.

Dumating din sa wakas ang takipsilim. Pumasok ang emperador sa silid ng anak. Inabutan niyang nasa tabi ng bintana si Prinsesa Singsing; nakaupo sa magarang silyon at doon sa may dakong labas nakapako ang paningin. Dahan-dahang nilapitan ng emperador ang anak.

"Anak ko, nakalimutan mo na ba ang napag-usapan natin kaninang umaga?"

Nagulat nang bahagya ang prinsesa at napatingin sa kaniyang ama.

"A, ang buong akala ko'y kung sino ka."

"Ano, nasaan ang sinasabi mo sa aking ipakikilala mo?"

Isang sulyap ang ipinukol ng prinsesa sa labas ng bintana bago nakangiting nagsalita, "Hindi mo ba naririnig Ama ko? Ayun siya; umaawit at ako'y nalilibang."

Nagpalinga-linga sa buong paligid ng silid ang mabait na emperador at hinanap ang sinasabi ng kaniyang anak na umaawit. Nang walang makita ay nagkakamot ang ulong tinanong nito ang anak, "Saan naroon ang sinasabi mong umaawit? Nahihibang ka na ba, Anak ko?"

"Halika dito, Ama, at iyong tanawin," wika ng prinsesa bago itinuro ng kamay ang isang ibong ruisenyor na noo'y nakatuntong sa sanga ng kahoy sa may tapat ng bintana. "Hayun, hayun ang aking sinumpaang iibigin hanggang ako'y nabubuhay. Hindi mo ba nakikita, Ama ko? Hindi mo ba naririnig ang kaniyang pag-awit? Ano, napakinggan mo ba ang lambing ng kaniyang tinig?"

Sinundan ng tingin ng emperador ang itinuturo ng kaniyang anak, at doon nga sa sanga ng kahoy sa tapat ng bintana ay isang ibong ruisenyor ang naglalaro; mayamaya'y pinailanlang nito sa himpapawid ang matamis na tinig.

"Ano nga ba ang nangyayari sa iyo, Anak ko? Ano't iyang ibong ruisenyor ang iniibig mo? Hindi mo ba nalalamang ibon iyan? Papaano ang iyong gagawin?"

"Ama ko, tunay ngang ibon ang ruisenyor, subalit kaming dalawa'y nag-iibigan. Kung hindi rin siya ang aking magiging kapalaran, ay hindi na ako mag-aasawa kailan man."

"Talagang hindi kita mapapayagan sa iyong kaululang iyan," matigas na wika ng emperador. "Ang nag-aasawa sa hayop ay hayop din."

"Ngunit, Ama ko, siya'y may isip na katulad din natin, at marunong din siyang magsalita..."

Pinutol ng kaniyang ama ang sasabihin pa sana ng prinsesa.

"Magtigil ka. Anuman ang sabihin mo'y hindi ko mapapaya-gan ang magkaroon ng manugang na ibon." Agad na lumabas ng silid ang emperador na galit na galit.

Napaluha ang magandang prinsesa. Sa kauna-unahang pag-kakataon ay naranasan niya ang pagkamuhi ng ama. Sumandal siya sa kaniyang silyon at saka lumuluhang tinawag ang ibong ruisenyor na hindi tumitigil ng pag-awit.

"O, ruisenyor na ibong pinakamamahal ko, huwag ka nang matuwa, huwag ka nang umawit pagkat si Ama'y tutol na pakasal tayo."

Ang humuhuning ibon ay huminto at pinakinggan ang sinabi ng prinsesa, at nang maunawaan ang sinasabi ay saka tu-mugon, "Huwag kang malungkot, prinsesa ng buhay; ang lahat sa atin ay kaligayahan habang ikaw at ako ay nag-iibigan."

Pinahid ng magandang prinsesa ang mga luha at saka pinaking-gan muli ang malambing na awit ng ibon na kaniyang minamahal.

III

Kinabukasan ng sinundang gabi, ang buong bayan ng Tongkiang, ay naligalig. Tatlong mababangis na higante ang nakapasok sa bayan. Sa kulog na tinig ay ipinabatid nila sa lahat ng tao doon na ibig nilang maging pag-aari ang bayan ng Tongkiang.

"Hindi namin maiibigay sa iyo ang bayang ito," tutol ng hari sa tatlong higanteng nakatayo sa gitna ng liwasan.

"Kayo ang bahala," wika ng isa sa mga higante. "Sa loob ng tatlong araw at hindi ninyo ibinigay sa amin ang bayang ito ay humanda kayo. Lahat kayo ay aming papatayin at ang lahat ng inyong bahay ay aming ipaghahagisan."

Ang lahat ay takot na takot pagkat itaya man nila ang nagka-kaisang lakas ay hindi rin makasasapat na sugpuin ang kaaway.

Upang maligtas ang kaniyang kaharian ay nagpadala ang em-perador ng sulat sa lahat ng karatig na kaharian upang humingi ng tulong. Ayon sa kalatas ay ipagkakaloob ng emperador ang kaniyang magandang anak bilang gantimpala sa sinumang prin-sipe na makapagliligtas sa bayan ng Tongkiang. Ngunit bumalik ang lahat ng inutusan ng emperador upang ibalita sa kaniya na walang sinumang prinsipe sa karatig bansa ang makapapangahas na lumaban sa tatlong higanteng kilala sa bagsik at kalupitan.

Ganoon na lamang ang kalungkutan ng emperador. Marami na ang mga nagsilikas na mamamayan dahil sa malaking takot na sila'y mapatay ng tatlong higante.

IV

Muling nagpautos ang emperador sa tatlong higante na nagpapahinga sa liwasan. Hiniling niyang patawarin ang bayang iyon ng Tongkiang at ibibigay sa kanila ang anumang kailangan. Ngunit pareho pa rin ang kanilang sagot: nais ng tatlong higanteng kunin ang bayang iyon.

"Sabihin mo sa iyong emperador na bukas ang ikatlong araw, at siyang katapusan ng aming taning na panahon upang lahat ay umalis dito sa bayang ito," habol pa ng tatlong higante sa inutusan.

Patakbo halos na nagsibalik sa palasyo ang mga inutusan ng emperador at walang labis-walang kulang na ipinagtapat ang malupit na pasiya ng tatlong higante.

"Bukas daw po ng umaga't hindi pa tayo nagsialis dito sa Tongkiang ay lilipunin tayong lahat at lahat ng mga bahay dito sa ating bayan ay kanilang ipaghahagisan," wika ng mga inutusan ng emperador.

"Samakatuwid ay wala na talaga tayong pag-asa," sabi ng emperador.

"Opo, Mahal na Emperador."

"Kayo na ang bahala," patuloy ng emperador. "Kung ibig ninyong magsilaban bukas, ay lumaban tayo, bagama't isang malaking kahangalan pagkat anuman ang gawin sa tatlong iyan ay wala ring mangyayari."

Ang lahat ng mamamayan sa Tongkiang ay hindi nagsitulog nang gabing iyon. Tiyak na nila ang kanilang kamatayan pagbubukang-liwayway. Hindi na sila nagtangka pang lumikas pagkat wala nang panahon; aabutin din sila ng kamay ng tatlong higanteng gahaman, kaya ipinasiya ng emperador na maghintay na lamang sila ng kinabukasan.

Mabilis ang galaw ng mga oras. Ang araw ay namitak na sa silangan. Mga sandaling hindi halos nagsisihinga ang lahat lalo na ang emperador, pagkat iyon na ang kahuli-hulihang sandali ng kaniyang kaharian. Subalit biglang nagtaka ang lahat. Buhat doon sa itaas ng palasyo na kinaroroonan ng lahat ay natanaw nila ang tatlong kinatatakutan na nagbangon sa pagkakahiga at pupungas-pungas na nagtakbuhang palabas ng bayan. Parang takot na takot ang tatlong higante.

"Bakit kaya?" tanong ng emperador sa kaniyang mga alagad. "Ano ang nangyari at saan paroroon ang tatlong higante?"

"Iyan po ang hindi ko nalalaman," sagot ng isa. "Marahil po'y pinatawad na tayo ng mga iyan."

"Ngunit bakit tila sila takot na takot?"

Narinig ng Prinsesa Singsing ang pag-uusap ng emperador at ng alagad.

"Nagsadya ako dito sa inyo upang ipaalam na ang tatlong higante ay hindi na nga magbabalik. Ngayon ama ko ay ibig kong tuparin mo ang iyong ipinangako na ipakakasal ako sa makapagliligtas nitong kaharian."

"At kanino kita ipakakasal? Sino ang nagpaalis sa mga higante?"

"Kanina, bago magbukang-liwayway, ay nilapitan ng minamahal kong ibong ruisenyor ang tatlong higante, at pinagtutuka ang kanilang mga mata hanggang sa mabulag. Kaya ganiyan na lamang ang kanilang takot na umalis at iwan itong ating bayan."

Ang Mahal na Emperador ay napatitig na lamang sa kaniyang anak. Ang ipinagtapat ng prinsesa ay hindi niya pinaniniwalaan.

"Magtigil ka," wika ng emperador sa anak na prinsesa. "Ano na namang kaululan ang iyong sinasabi? Hala, pumasok ka sa iyong silid."

Hindi naman tumutol ang magandang prinsesa. Malungkot itong nanungaw at hinintay ang paglubog ng araw hanggang sa marinig niya ang tinig ng isang ruisenyor na umaawit doon sa sanga ng isang punong kahoy sa tapat ng kaniyang bintana.

"O, ruisenyor ng aking pangarap, huwag ka nang umawit, huwag ka nang magalak, pagkat ang ama'y tutol at nagagalit."

Ang humuhuning ibon ay huminto at pinakinggan ang sinabi ng prinsesa, at nang kaniyang maunawaan ay saka tumugon: "Huwag kang malungkot, prinsesa ng buhay; ang lahat sa atin ay kaligayahan habang ikaw at ako ay nag-iibigan."

Pinahid ng magandang prinsesa ang kaniyang luha at sumandal sa silyon, samantalang ang ruisenyor ay patuloy ng kaniyang pag-awit na siyang nagpahimbing sa iniibig.

V

Ilang araw ang nagdaan. Doon sa palasyo ay nagkakagulo pagkat ang mga ingat-yaman ng emperador ay hindi makita. Ang lahat ng kayamanan ng emperador ay dinalang lahat ng ingat-yaman. Walang tinirang brilyante't perlas sa kabang taguan.

"Sinumang makadakip sa walanghiyang ingat-yaman ko," galit na wika ng emperador, "ay ipapakasal ko sa aking anak na prinsesa. Hindi mangyayaring hindi matagpuan ang aking mga brilyante; mga rubi at malalaking perlas."

Ipinabatid ng emperador ang kaniyang panawagan sa lahat ng tao sa kaharian at gayon din sa karatig-bayan. Ayon sa emperador ay walang taong itinatangi— sinumang makapagdala sa magnanakaw ay magkakamit sa kamay ng prinsesa.

Dumaan ang mga araw ngunit ang nawalang alahas ng kaharian ay hindi natagpuan. Ang ingat-yaman ng emperador ay hindi makita at ni walang makapagsabi kung saan iyon nagtago.

Naglaho na ang pag-asa ng emperador na nagbalik sa kaniyang silid. Malungkot at iiling-iling na binuksan niyang muli ang kabang taguan ng alahas, subalit bigla siyang napaurong nang ilang hakbang nang makita niya ang loob ng kaban. Hindi siya makapaniwala sa natuklasan. Naroon lahat ang alahas na ninakaw ng walang hiyang ingat-yaman.

"Ano ito?" namamanghang wika ng emperador bago kinusot ang kaniyang mga mata. "Ako ba'y nananaginip o hindi?"

"Hindi, Ama ko," sagot ng prinsesa na narinig ang pag-sasalitang mag-isa ng emperador, "hindi ka nangangarap. Iyan ang mga alahas nating ninakaw ng tumakas na ingat-yaman."

Nilingon ng emperador ang kaniyang anak.

"O, Anak ko, salamat sa dakilang Mahoma at naibalik ang ating alahas. Ito ang ating kayamanan. Ang mga batong ito ay malaki ang halaga at pamana pa sa atin ng aking yumaong ama. Ano kayang himala ang nangyari at nabalik sa kabang ito ang ating mga bato?"

"Hindi himala iyan, Ama ko. Ngayon ay hindi mo na matatanggihan ang iyong ipinahayag na ako'y iyong ipakakasal sa sinumang makapagbalik sa iyo ng ating kayamanan."

"At bakit, ano naman ang ibig mong sabihin, Anak ko?"

"Ipagtatapat ko kung sino ang nagbalik diyan sa kaban nang lahat ng batong iyan."

"At sino? Sabihin mo at hindi ko tatalikdan ang aking sinabi; ipakakasal kita sa kaniya."

"Ang nagdala ng mga batong iyan ay ang ruisenyor na aking iniibig. Nakita ko kagabi na siya'y naglamay sa pagdadala sa mga batong iyan. Ang iyong magnanakaw na ingat-yaman ay natagpuan ng ibong ruisenyor kung saan itinago ang mga bato."

Biglang nagliyab ang dalawang mata ng emperador. Sa loob niya'y nababaliw na ang anak na prinsesa. Noon din ay tinawag niya ang ilang kawal sa palasyo, at iniutos na hulihin ang ibong ruisenyor at patayin.

"Hala, huwag kayong titigil hanggang hindi nahuhuli ang ibong iyan. Inyong pugutan ng ulo. Hindi ko ibig na ang aking anak ay mawalan ng bait dahil sa ibong iyan," utos ng emperador sa kaniyang mga kawal.

Ang mga kawal naman ay madaling nagsitalima sa emperador. Nag-abang sila sa halamanan ng palasyo at binantayan ang magandang ibong mang-aawit.

"Mula ngayon ay huwag kang lalabas ng iyong silid," sabi ng emperador sa anak. "Doon ka mamalagi at ang bintanang nakaharap sa halamanan, ay ipinid mo. Talagang sira na ang isip mo dahil sa ibong iyan. Mayroon bang taong nag-asawa sa isang ibon?"

Lumuluha ang magandang prinsesa na nagtungo sa kaniyang silid. Ang bintanang nakaharap sa halamanan ay ipininid ng utusan. Samantala sa dakong halamanan ay wala nang pinagkaabalahan ang mga tao at kawal kundi hanapin ang ruisenyor. Subalit ang lahat ay nagtataka pagkat ang kanilang ibong hinahanap ay daig pa ang may pag-iisip. Saan man nila hanapin ay hindi nila matagpuan.

Malaking kalungkutan ang dumapo sa Mahal na Prinsesa pagkat hindi na niya narinig na umawit ang kaniyang minamahal na ibong ruisenyor. Namayat siya nang tuluyan hanggang magkaroon ng karamdaman. Naligalig ang Mahal na Emperador palibhasa'y kaisa-isa ang anak.

Ipinatawag ng emperador ang lahat ng mabuting manggagamot sa kaharian upang pagalingin ang prinsesa, subalit

wala ring nangyari sa pangangayayat ng prinsesa na halos naging buto at balat.

"Mabuti po, Mahal na Emperador," wika ng isang manggagamot, "ay hayaan ninyong makasagap ng sariwang hangin ang Mahal na Prinsesa nang lumakas nang kaunti ang kaniyang katawan. Mahiligin din lamang siya sa mga bulaklak at halaman ay magpakuha kayo ng maraming bulaklak araw-araw at inyong ilagay sa tabi ng kaniyang higaan."

Tinupad ng emperador ang hatol ng manggagamot. Ipinahanap niya sa mga utusan ang pinakamabangong bulaklak at tuwing umaga ay nilalagay iyon sa tabi ng higaan ng prinsesa. Subalit hindi pa rin nagbago ang karamdaman nito na palubha nang palubha bawat araw.

Sa labis na pagkabalisa ay nagpahayag sa madla ang emperador na sinumang makapagpagaling sa mahal na Prinsesa Singsing, ay ipagkakaloob niya ang kamay nito at pati na ang kalahati ng kaniyang kayamanan.

Nang hapon ding iyon doon sa sanga ng kahoy sa tapat ng bintana sa silid ng prinsesa ay narinig muli ang pagkatamis-tamis na pag-awit ng ruisenyor na pinahahanap ng emperador.

Ang magandang prinsesang malaon nang hindi idinidilat ang mga mata at ni hindi makapangusap ay biglang nagbangon. Tuloy-tuloy ang prinsesa sa tabi ng bintana at pinakinggan ang awit ng ibong kaniyang minamahal.

Hindi nalingid sa Mahal na Emperador ang nangyari. Noon din ay ipinag-utos niyang hulihin ang ruisenyor na iyon na batay sa kaniyang paniniwala ay siyang dahilan ng pagkasira ng isip ng kaniyang anak.

Maliksing tinungo ng mga kawal ang hardin at talaga sanang huhulihin ang umaawit na ruisenyor subalit napahinto sila sa nasaksihan. Bigla'y naging isang magandang prinsipe ang ibon at sa kamay ay hawak ang isang matalim na espada.

"Ang unang lalapit ay walang salang mamamatay," wika ng prinsipe sa mga kawal ng emperador.

Wala ngang nakalapit sa mga kawal, at sa halip ay nagtakbuhan silang pabalik sa loob ng palasyo. Ang prinsipeng ibon ay lumakad patungo sa palasyo at pumasok sa silid ng maysakit na prinsesa.

"Ako ang ruisenyor na lagi nang umaawit sa tapat ng iyong durungawan," wika ng prinsipe nang siya'y makapasok sa silid.

Patakbong lumapit sa ibon ang magandang prinsesa at biglang yumakap.

"Oo, maging ibon ka man, o maging tao, ay hindi mo maipagkakaila sa akin ang iyong tinig. Tayo na, isama mo ako pagkat ibig kong mabuhay sa piling mo."

"Oo aking liyag. Ako ang Prinsipe ng mga Ruisenyor at ngayon din ay isasama kita doon sa kaluwalhatian."

Walang sinumang nakakibo sa mga kaharap doon. Ang emperador ay napatda at hindi malaman kung ang kaniyang namamalas ay totoo o hindi.

"Ngayon, Emperador," wika ng prinsipeng ibon, "ay isasama ko ang iyong anak. Kung hindi sa akin at sa aking pag-awit ay hindi siya gagaling sa karamdaman. Alalahanin mo ang iyong sinabi—ipagkakaloob mo ang kamay ng prinsesa sa sinumang makapagpapagaling sa kaniya. Dapat mong malaman na ito'y pangatlo na sa pagtalima ko sa iyong ipinag-uutos. Ako ang bumulag sa tatlong higante at ako rin ang kumuha ng kayamanan sa magnanakaw na ingat-yaman."

Matapos makapagsalita ang prinsipe ay biglang hinawakan sa baywang ang kaniyang kasintahan, at nakita na lamang ng lahat na ang dalawa ay lumipad.

Wakas

Prinsipeng Mapaghanap

Noong araw ay may isang prinsipe sa bansang Espanya na napabantog sa apat na sulok ng daigdig, sapagkat bukod-tangi siyang nagtataglay ng halos lahat ng katangian ng isang lalaki.

Napakagandang lalaki ng prinsipeng ito; ang kaniyang katawan ay tulad sa nililok; matalino, malakas, mahusay humawak ng espada, at sa buong Espanya ay siya ang kinikilalang dalubhasa sa musika pagkat bukod sa kaniyang nalalaman sa pagsulat ng mga nota, ay siya na yata ang pinakamahusay subalit sa kanilang bansa. Nasa prinsipeng ito ang tinig na ubod ng tamis at iyan ang dahilan kung bakit libu-libong mga puso ng kadalagahan sa Espanya ang nahuhumaling sa kaniya.

Subalit sa kabila ng kaniyang mga katangian ay mayroon siyang masamang ugali: siya ay lubhang palalo, at mapaghanap ng kaalaman at kagandahan sa bawat tao.

Kung makakita ang prinsipe ng isang lalaki o babaeng pangit sa kaniyang paningin ay iismid agad at titingnan sa salamin ang kaniyang matipunong katawan at maamong pagmumukha.

Kung makarinig siya ng isang umaawit ay agad siyang nagtatakip ng tainga at ipatitigil ang pag-awit pagkat ang nais niya'y madinig lamang ang lambot at tamis ng kaniyang tinig.

Ang matikas na prinsipe ay nasa gulang na, subalit sa dinami-dami ng mga kadalagahan sa Espanya, ay wala siyang napupusuang pakasalan ni isa. Hindi siya nasisiyahan sa mga babaeng iyon, at para sa kaniya'y walang nababagay sa kaniya.

Isang araw ay nag-usap nang nababahala ang hari at ang reyna. Para sa kanila'y dapat nang mag-asawa ang anak pagkat nais na nilang magkaroon ng apo.

"Madudurog yata ang ulo ko sa kaiisip," sabi ng hari sa kaniyang maybahay. "Marahil ay nakita mo nang ipinatawag ko ang lahat ng mga prinsesa at anak ng lalo pang mataas na tao dito sa ating bayan, subalit ang lintik na anak natin, ay totoong pihikan at palapintasin."

"Oo nga. Akalain mo ba namang tanggihan pa ang prinsesa sa Kordoba? Hindi ba maganda ang prinsesang iyon?"

"Tunay, at napakaamo ng mukha, subalit ang hinahanap ng anak mo ay isang matamis na tinig katulad ng sa kaniya."

"Mayroon na akong naiisip."

"Ano iyon?"

"Ngayon din ay magpapadala ako ng liham sa lahat ng mga kaharian sa buong daigdig upang ipabatid na ang ating anak ay nakahandang mag-asawa sa prinsesang kaniyang mapupusuan. Aanyayahan kong lahat ang mga prinsesa dito sa ating palasyo upang makapamili ang ating anak. Ano, hindi ba mabuting balak iyan? Inaakala kong sa dinami-dami ng mga prinsesa sa iba't ibang bansa, ay hindi mawawalan ng mapupusuan ang ating anak?"

"Sana nga'y magkatotoo ang iyong sinabi."

Inutusan ng hari ang kaniyang kalihim na magpadala ng sulat sa lahat ng mga kaharian upang anyayahan ang lahat ng mga prinsesa sa magarang palasyo pagkat ang magandang prinsipe ay mamimili ng mapapangasawa. Sinabi rin sa liham na kung maaari ay ipadala lamang ang lalong pinakamagandang prinsesa sa palasyo ng hari ng Espanya sapagkat ang prinsipe ay totoong maselan.

Ang kagandahan at mga katangian ng prinsipe sa Espanya ay balita sa mga bansa ng buong daigdig. Nang matanggap nila ang sulat mula sa hari ay agad silang pumili ng prinsesang ipa-dadala, at ang mga walang napili ay nagpasiyang huwag nang magpadala.

Ang unang prinsesang dumating sa palasyo ay ang ban-tog na prinsesa mulang Hilaga. Pihikan ang prinsesang ito at marami na ang mga prinsipe sa iba't ibang bansa ang napahiya pagkat di niya tinanggap. At dahil alam ng mahal na hari at ng reyna ang malamig na kahariang pinanggalingan ng panauhin nilang prinsesa ay ipinagpasadya pa nila ito ng isang silid na nakukubkob ng yelo.

Dumating ang araw ng pagkilatis ng prinsipe sa magandang prinsesa sa Hilaga. Ang malaking bulwagan sa palasyo ay ginaya-kan. Ang hari at ang reyna ay magkatabing nakikinig kung ano ang magiging pasiya ng kanilang anak. Naroon din at kaharap ang lahat ng mga ministro. Ang prinsipe ay nasa may paanan ng trono at hawak ang kaniyang kudyapi at banayad na umaawit at naglilibang sa sarili.

Nang nagkakatipon na ang lahat sa magarang bulwagan, ay

ipinahayag ang pagpasok sa bulwagan ng panauhing prinsesa sa Hilaga.

Walang hindi bumuntunghininga ng paghanga sa prinsesa mulang Hilaga pagkat ang buhok nitong kulay ginto ay nakatir-intas na abot sakong at ang mga matang bughaw ay nagpamutla sa kalangitan.

"Napakagandang prinsesa!" ang bulong-bulungan ng mga tao sa palasyo.

Dinampot agad ng prinsipe ang salamin na lagi niyang dala-dala. Tinitigan niya ang nakatayong prinsesa. Kung humanga man ang mga tao sa kagandahan ng prinsesa ay higit itong na-mangha sa prinsipeng hindi natinag sa pagkakahilig sa paanan ng mga magulang. Gumanti ng titig ang prinsesa sa mga mata ng prinsipe. Tumibok nang mabilis ang puso ng dilag at ang kaniyang pagnanais na mapangasawa ang prinsipe ay higit sa pagnanais ng isang pulubi na maging hari.

"Narito na po ako, Mahal na Hari, Reyna, at Prinsipe. Sa harapan ninyo'y nagpupugay ako at nagbibigay-galang," bati ng prinsesa.

Biglang tumindig na nayayamot ang prinsipe. Ipinukol niya ang hawak na kudyapi at nilapitan ang panauhing prinsesa.

"Ikaw, Prinsesa, ay talagang maganda, subalit tatapatin kong di kita maaaring pakasalan pagkat di ako maaaring mabu-hay sa piling ng isang babaeng ang tinig ay parang dagundong ng malalaking tipak ng yelo buhat sa itaas ng bundok." Saka tinakpan niya ang dalawang tainga sa pagnanais na huwag nang mapakinggan pa uli ang tinig ng prinsesa. Sa pagkapahiya ay namutla ang prinsesa at halos mawalan ng ulirat.

Dali-daling nanaog sa trono ang hari at nagpakuha ng isang basong tubig para sa prinsesa na hinawi rin ito agad.

"Dapat mong malaman na kung gaano kalaki ang ating pag-ibig na tinataglay sa katawan, ay maaaring maging ganoon din kalaki ang ating pagkamuhi sa isa't isa," wika ng prinsesa na patakbong lumabas ng bulwagan kasunod ng kaniyang mga dama.

Nang makaalis na ang prinsesa ay ganoon na lamang ang pagkamuhi ng hari at ng reyna sa kanilang anak.

"Hindi ko akalaing gumawa ka ng ganoon," wika ng hari sa kaniyang anak na muling hinawakan at kinalabit ang kudyapi. "Inilagay mo sa alanganin ang ating kaharian. Ano ang sasabihin ng prinsesa sa Hilaga? Tayo'y tatawagin niyang walang galang."

"Dapat kang mahiya sa iyong inasal," sabi ng reyna. "Ang isang prinsipeng katulad mo, ay hindi dapat na gumawi ng ganoon sapagkat ang iyong ginawa, ay labag sa mabuting asal."

Di pinahalagahan ng prinsipe ang sinabi ng kaniyang magulang. Tumindig siyang hawak ang kudyapi at saka nagsabi, "Ako lamang at wala nang iba pa ang may karapatang pumili ng aking mapapangasawa."

"Tama, pero hindi namin hinihintay ng iyong ama ang katulad ng iyong ginawa. Para kang walang pinag-aralan," galit na wika ng reyna.

"Wala akong magagawa; lalong masama ang hindi ko sabihin sa kaniya ang nilalaman ng aking dibdib." Nilisan ng prinsipe ang bulwagan at nagtuloy sa halamanan upang doon tingnan sa salamin ang kaniyang tikas.

Ang pangalawang dumating sa kaharian ng Espanya ay ang bantog na prinsesa sa Timog.

Nanlaki ang mata ng lahat nang pumasok na ang prinsesang sinusundan ng kaniyang mga abay.

Sino ang hindi magugulat? Ang prinsesang iyon ay halos walang saplot na napagitna sa bulwagan. Isang tila bahag lamang ang nakapalamuti sa kaniyang dibdib at katawan. Ang kaniyang mga buhok, ay nakatayong tulad sa mga pakong matulis at kulot na kulot. Ang kaniyang mukha'y hindi halos maunawaan pagkat matingkad sa uling ang pagkakaitim.

Hindi nagpahalata ang madla. Nang magpugay ang prinsesa at mga abay, ay nagpugay naman silang lahat; samantala, niluwagan ng bantog na prinsipe ang pagkakalagay ng kaniyang kuwelyo upang ipakita naman ang kaniyang tila garing na mga gatla sa leeg.

Ang prinsesa ay nagsalita sa tila tinig ng ibong umaawit, subalit ni isa sa kanila ay hindi nakaunawa.

Tumindig ang prinsipe at nagsalita sa prinsesa, "Maganda

nga prinsesa ang tinig mo, subalit hindi naman ako maaaring mag-asawa sa iyo sapagkat napakapangit mo."

Namumuhing nandilat ang prinsesang maitim, at pagkatapos, ay tuloy-tuloy na lumabas nang hindi na nagpaalam sa hari at reyna.

Nang makalabas na ang prinsesa, ay muling nagalit ang reyna at hari. Kanilang ikinahiya ang ginawang iyon ng kanilang anak sapagkat isang pagwawalang pitagan sa isang babae pa muli.

"Wala akong magagawa," nakangiti pang tugon ng prinsipe sa kaniyang mga magulang, "sinabi ko ang nilalaman ng aking dibdib. Ayaw kong magsinungaling."

Ang pangatlong panauhing prinsesa, ay nagbuhat naman sa Silangan. Ang lahat sa palasyo ay hangang-hanga sa magandang gayak ng prinsesa. Ngayon pa lamang sila nakakita ng isang kasuotang totoong kaibang-kaiba.

Ngayon ay tila nabihag ang prinsipe pagkat agad lumapit sa prinsesa.

"Prinsesa," ang sabi, "marunong ka bang umawit? Kung marunong ka'y nais kong marinig ngayon din ang iyong tinig."

Ibinuka ng prinsesa ang mapulang bibig at saka nagsimulang awitin ang isa sa lalong kawili-wiling kantahin sa kaniyang bayan.

Biglang nagsisigaw ang prinsipe at ang wika, "Hindi, hindi ako maaaring pakasal sa iyo, pagkat ang iyong awit ay hindi ko maunawaan."

Muling nagulat ang hari at reyna. Hindi nila akalaing gumawa na naman ng kabalbalan ang kanilang anak.

Ang prinsesa naman ay tumigil na sa pag-awit. Noon din ay nagpaalam at agad na nilisan ang magarang bulwagan.

Nang makaalis ang prinsesa sa Silangan ay muling kinagalitan ng hari at reyna ang kanilang anak. Katulad din ng dati ang sagot ng prinsipe: siya ang tanging may karapatan sa pagpili ng magiging kabiyak ng dibdib.

Ang sumunod na dumating ay ang prinsesa sa Kanluran kasama ang kaniyang mga abay.

Sa mga prinsesang dumalaw sa palasyo ay itong prinsesa sa Kanluran ang kaiba sa lahat maging sa kasuotan. Hindi maayos ang kombinasyon ng gayak ng prinsesa, kaya't tumindig agad ang prinsipe,

"Tatapatin na kita, Prinsesa," simula ng prinsipe. "Ang ayos mo'y hindi kaakit-akit. Ngunit marunong ka bang umawit? Marahil ay maganda ang tinig mo."

"Ipagpatawad mo, Prinsipe, na sabihin ko sa iyong hindi ako marunong umawit," tugon ng prinsesa.

Biglang namula ang prinsipe sa lakas ng loob ng prinsesa na hindi na nga maganda ay hindi pa marunong umawit.

"Kung gayon ay bakit ka pa naparito? Ano't naglakbay ka pa at inabala ako rito? Hindi, hindi kita maaaring pakasalan." Nagbalik sa kaniyang upuan ang nayayamot na prinsipe. Muli ay tiningnan niya ang sarili sa salamin.

Umalis ang prinsesa sa Kanluran nang nangingilid ang luha sa mga mata. Sa buong buhay niya ay ngayon lang siya tumang-gap ng malaking kahihiyan.

"Isa kang ulol at walang pitagang prinsipe," namumuhing wika ng hari nang makaalis na ang prinsesa sa Kanluran. "Hindi ka na nahiya."

Maya-maya ay inihudyat ng tanod ang pagdating ng isa pang prinsesa.

Isang prinsesang napakaganda ang dumating kasunod ang kaniyang mga abay na pawang pili din. Magmula ulo hanggang paa ay walang maipipintas ang lahat. Ang kasuotan ng prinsesang ito ay ganap na kasiya-siya.

Tumindig ang prinsipe at lumapit sa magandang prinsesa. "Ikaw Prinsesa ay katangi-tangi sa lahat nang nakita kong babae." Hiniling niyang umawit ang prinsesa.

Umawit ang magandang prinsesa at nabighani ang lahat sa kaniyang tinig na parang sa anghel o ruisenyor. Lahat ay napapigil sa kanilang paghinga habang pinakikinggan ang awit.

Pero higit kanino man ay napahanga sa wakas ang palalong prinsipe. Lumuhod siya sa harap ng magandang prinsesa. Ang prinsipe ay umiibig! Ngayon ay natagpuan na niya ang katangi-tanging babae para sa kaniya.

"O, Prinsesa," wika ng prinsipe nang matapos ang pag-awit ng prinsesa. "Ikaw ang pinakamaganda sa lahat ng aking nakilala. Ikaw yata'y anghel na isinugo ng Diyos sa lupa upang iparinig sa akin ang iyong magandang tinig. Tinatanggap mo ba ako upang maging kabiyak ng iyong dibdib? O Prinsesa, ang kaluluwa ko ang sumasamo!"

Ang lahat ay nananabik na marinig ang isasagot ng prinsesa. Nakangiti ang mahal na hari at ang kaniyang reyna. Ngayon lang nila nakitang nakatiklop-tuhod ang anak.

Ngunit umurong ng dalawang hakbang ang prinsesa at ang sabi, "Huwag kang lumapit. Sa lahat ng nakita ko ay ikaw ang pinakapalalong tao sa balat ng lupa. Ako'y hindi prinsesa. Ako'y diwata sa lupain ng mga kaawa-awa, mga pangit, at maralita. Nakita ko ang labis na paghamak mo sa mga kahabag-habag na prinsesa. Ngayon ay magbabayad ka sa lahat ng iyong paglapastangan.

"Isa kang anak na hindi natutong makinig sa mabubuting pangaral ng iyong mga magulang. Isa kang prinsipeng hindi natutong magpahalaga sa kayamanan na iyong kaharian at naging palalo ka dahil sa angkin mong kagandahan. Dahil sa masama mong asal ay parurusahan kita ng mga katangiang sinasamba mo sa sarili. Mula ngayon ay magiging sisne ka na walang gagawin kundi malasin ang iyon larawan sa ibabaw ng tubig. At dahil iyong ipinagmamalaki ang pagkakaroon ng magandang tinig ay mahigpit kong ipagbabawal ko sa iyo ang pag-awit. Sa sandaling sumuway ka sa aking tagubilin ay ikamamatay mo."

Nangilabot ang lahat nang marinig ang mabigat na parusang iginawad ng diwata sa palalong prinsipe.

"Ngayon ay aalis na ako," wika ng diwata, "subalit pakatandaan mo ang tagubilin ko: pag-awit mo'y kamatayan mo."

Ang hari at reyna ay biglang nanaog sa kanilang trono upang magmakaawa sa diwatang namuhi sa prinsipe subalit nang kanilang lapitan ay wala na silang inabutan. Naglahong tulad ng usok ang diwata kasama ng kaniyang mga abay na nawala sa loob ng bulwagan.

Subalit lalo nang nag-ibayo ang pagtataka ng hari at reyna nang maglaho rin ang ang minamahal nilang anak. Ang prinsipeng mapaghanap at palalo ay isa nang sisneng puting-puti. Napatindig ang lahat ng mga tao doon samantalang ang hari at reyna ay hindi nakapagpigil, at sa labis na kalungkutan ay namalisbis ang mapait na luha sa kanilang mga mata.

Wala na ang prinsipeng tagapagmana ng korona. Isa na ngayong sisne at hindi na kailan man maaaring makapagtaguyod pa ng kaharian.

Nanangis ang lahat. Ang prinsipeng isinumpa ng diwata ay walang imik na nakatitig lang sa kanila.

Pagkaraan ng ilang sandali ay namayagpag ang sisne at saka marahang inihakbang ang malalapad na paa. Sinundan siya ng mga tao, at ng hari at reyna. Nanaog ang prinsipeng sisne sa palasyo at nagtungo doon sa halamanan na kinaroroonan ng isang tubigang maraming lily.

Lalo nang napabulalas nang panangis ang hari at reyna. Nanaog ang prinsipeng sisne upang doon na sa tubigan manira-han. Nakita nilang ibinuka ng sisne ang dalawang pakpak at pagkatapos ay nagliwaliw nang nag-iisa. Langoy nang langoy at ang mga bulaklak ng lily ay isa-isang nilalapitan.

Dahil sa pangyayari, ipinatayo ng hari para sa anak ang isang maliit ngunit napakagandang bahay. Pinalagyan din ng hari ng iba't ibang magagandang halaman ang buong paligid ng tubigan at pinatanod ang mga kawal upang bantayan ang anak. Pinahati-ran niya ng lalong mabuting pagkain ang sisne. Laging itinatagu-bilin ng hari at reyna ang lalong maingat na pag-aalaga sa anak.

Ang mga araw ay nagdaan. At ang prinsipeng sisne ay tahi-mik doon sa kaniyang tubigan. Ang mga ibong nagsisiawit sa itaas ng punongkahoy ay kaniyang pinagmamalas ngunit naisin man niyang makisaliw sa malambing na tinig na iyon ng mga ibon ay hindi naman niya maisagawa sapagkat natatandaan niya ang sinabi ng diwatang sumumpa sa kaniya na kailan man at aawit siya ay mamamatay siya.

Isang araw ay naghandog ng piging ang hari sa Espanya para sa dumating na hari mulang ibang bansa. Habang nagkakatuwa doon sa itaas ng palasyo, isang babae na kalong ang kaniyang

maysakit na anak na babae ang naparaan sa halamanan at tubigang kinalalagyan ng maputing sisne.

Maralita ang babaeng balo. Ang kilik niyang anak ay mahina at hindi makalakad.

"Nanay, tingnan mo ang sisneng iyon at napakaganda. Dalhin mo ako doon sa tabi ng tubigan," wika ng bata.

"Ngunit bawal ang lumapit sa tubigang iyan. Hindi mo ba nakikita't may nagtatanod?" tutol ng ina.

"Ilapit mo ako sa kaniya at ibig ko siyang makita."

Sa labis na pagmamahal ay nakipagsapalaran ang ina na ilapit ang anak sa tabi ng tubigan.

Mabuti namang pagkakataon at dahil sa pagkakaroon ng kasayahan doon sa palasyo ay nangawili ang mga tanod. Lumapit ang mga iyon doon sa tabi ng bintana ng palasyo at kanilang tinitingnan kung sinu-sino ang naroon.

Ang mag-ina ay nakalapit sa tubigan nang hindi napansin ng mga tanod.

"Ano, Inay, hindi ba napakagandang sisne iyan?" natutuwang wika ng bata.

"Kung may pera lang akong pambili ng sisne ay bibili ako at ibibigay ko sa iyo nang ikaw ay malibang," tugon ng inang nahahabag sa kaniyang anak.

Naririnig ng prinsipeng sisne ang pag-usap ng ina at anak. Ngayon niya nabatid na may mga tao palang higit pa sa kaniya ang dinaranas na hirap, pagkat kung siya man ay isang ibon na naroon sa tubigan at nag-iisa ay heto naman ang paghihikahos ng mag-ina na hindi makabili ng isang sisneng makapagdudulot ng aliw sa kanila. Ilang sandaling pinagmasdan ng bata ang puting sisne na kung anu-ano ang ginawang paglangoy upang madulutan ng ikalilibang ang bata.

Ang bata ay tawa nang tawa. Tuwang-tuwa siya pagkat parang nahuhulaan ng ibong iyon ang kaniyang kasiyahan kapag nagpapalangoy-langoy siya at isinisisid ang ulo.

Walang anu-ano ay tumugtog ang orkesta doon sa itaas ng palasyo. Ang malambing na tinig noon ay dumapyo sa tainga ng maysakit na bata.

"O, Ina ko, anong sarap pakinggan ng musika!" wika ng batang doon na sa dako roon tumingin. "Paroon tayo, Nanay, sa palasyo at ating pakinggan ang masarap na tinutugtog ng orkesta."

"Hindi maaari Anak ko. Tayo'y mga dukha at tiyak na ipagtatabuyan tayo ng mga tanod sa palasyo."

"Halika, Nanay," pagpipilit ng bata, "samahan mo ako at ibig kong madinig na mabuti ang kanilang tinutugtog."

"Anak, sa palasyo ng hari ay walang makaaakyat na mahirap na katulad natin. Kung may pera lang ako ay babayad ako ng mga musiko upang magparinig sa iyo ng malambing na tugtugin."

"Kung makakalapit sana tayo doon at makikita ko at madidinig ang masarap na tinutugtog ng orkesta ay gagaan ang aking katawan at ang kirot ng aking karamdaman ay malilimot ko sandali," wikang naghihimutok ng bata.

Isang malalim na buntonghininga ang isinukli ng inang namimighati. Ibig-ibig na sana niyang pangahasang ilapit doon sa palasyo ang kaniyang anak, subalit ang malaking pangingilag sa mga nagtatanod na kawal sa palasyo ay pumipigil sa kaniyang kapangahasan.

Muling minasdan ng bata ang puting sisne, na lingid sa kanilang kaalaman ay lumuluha. Nagunita ngayon ng sisne na siya'y isang dakilang mang-aawit ngunit isinumpa ng namuhing diwata: kapag umawit siya ay magiging wakas iyon ng kaniyang buhay.

Gayon na lamang ang kaniyang pagkahabag sa batang may karamdaman, kung kaya't sa kabila ng babala ay hindi nakapagpigil ang sisne. Ibinuka niya ang dalawang pakpak. Nagpasiya siyang umawit. Kahit maging pangwakas ang kaniyang pagkanta ay aawit siya upang madulutan ng kasiyahan ang kinahahabagang paslit na maysakit.

Napangiti ang bata nang makitang namayagpag ang mga pakpak ng sisne. At sa gitna ng kaniyang pagtataka, pumailanglang sa himpapawid ang matamis at walang katulad na tinig ng sisne. Umawit ang prinsipe. Ang lalong malambing at puno ng hinanakit na himig ay madulas na pinaglaro nito sa kaniyang lalamunan.

Ang tinig na iyon ay nadinig hanggang doon sa loob ng palasyo. Ang hari at reyna ang unang nakapansin sa ibong umaawit sapagkat sa hinaba-haba ng kanilang ipinamuhay ay hindi pa sila nakadinig ng gayong katamis na tinig.

Nagdungawan ang mga tao sa palasyo, at nakita nilang doon sa tubigan ay buka ang dalawang pakpak ng sisneng umaawit.

Ang hari at reyna ay dali-daling nanaog. Kasunod nila ang mga panauhing tumungo doon sa tubigan at nanood sa pagawit ng kanilang anak.

Patuloy ang malambing na tinig ng sisne.

Sa isang himala ay nakalakad ang batang malaon nang paralisado ang katawan. Nakalapit siya doon sa tabi ng umaawit na sisne. Minasdan niya ang magandang ibon samantalang ang lahat ay natitigilan sapagkat muli na namang tumaginting sa kanilang mga tainga ang tinig ng prinsipeng napabantog dahil sa marikit na pag-awit.

Pagkaraan ng ilang sandali ay unti-unting nangapos ang hininga ng sisne at ang malambing na tinig ay unti-unti na ring naparam.

"Bakit kaya?" sabay-sabay na mga nanonood.

Nakita ng lahat ang pagkalagot ng hininga ng prinsipeng sisne. Nang matapos umawit ay napalugmok ito sa kandungan ng batang kaniyang pinagbigyan at ngayo'y nananangis.

Walang nagawa ang hari at reyna. Ang buhay ng sisneng isinumpa ng diwata'y hindi na nagbalik. Patay na ang prinsipe; tapos na ang kaniyang pag-awit at kailanman ay hindi na nila maririnig pang muli.

Nanangis ang lahat. Ang batang gumaling dahil sa isang himala ng Diyos ang siyang nanangis higit sa lahat pagkat ang naging kapalit ng kaniyang paggaling ay buhay pala ng isang prinsipeng minamahal ng buong bayan.

Magmula nga noon ay naging kasaysayan nang itinitik na kailan man at umawit ang isang sisne'y hudyat iyon na magwawakas na ang kaniyang buhay.

Wakas

Ukol sa mga Patnugot

Christine S. Bellen

Nagtapos ng M.A. Philippine Studies sa Unibersidad ng Pilipinas. Nagtamo rin ng Ph.D. units mula sa Unibersidad ng Pilipinas ngunit kasalukuyan niya itong ipinagpapatuloy sa Hong Kong Baptist University (HKBU) bilang Research Ph.D. sa ilalim ng Hong Kong Ph.D. Fellowship Scheme.

Assistant Professor sa Kagawaran ng Filipino at nakapaglingkod na bilang OIC chair ng isang semestre. Naging direktor din siya ng Ateneo Institute of Literary Arts and Practices (AILAP).

Nakapaglabas na ng labinlimang libro ng muling pagsasalaysay ng mga kuwento ni Lola Basyang na nagkamit ng Special Citation sa National Book Awards noong 2004, itinanghal bilang dulang musikal ng PETA, bilang serye ng GMA 7 at isinaaklat bilang antolohiya ng Anvil Publishing, Inc. at Ilaw ng Tahanan Publishing, Inc. Naging finalist na rin sa National Book Awards ang mga kuwentong pambata niyang *Og Uhog* (2002) at *Filemon, Mamon* (2004).

Isinulat niya ang mga dulang pambatang *Batang Rizal, Unang Baboy sa Langit* ni Rene O. Villanueva, at *Si Pilandok at ang Bayan ng Bulawan*. Naitanghal na ang kaniyang mga dula sa Ateneo de Manila, Meralco Theater, at PETA gayundin sa iba't ibang lugar sa Pilipinas.

Nakapagbasa na ng mga papel ukol sa Panitikang Pambata sa Japan, India at Sweden. Miyembro siya ng International Research Society for Children's Literature (IRSCL). Dalawang buwan din siyang namalagi sa National Center for the Study of Children's Literature sa San Diego State University para sa isang pananaliksik at pumasailalim sa mentorship nina Dr. Alida Allison at sa tulong ni Dr. Gerry Griswold.

Kasama siya sa mga antolohiyang *Sawi, The Rizal Reader, Sagurong: Collection of Bicol Poems, Laglag Panty, Laglag Brief: Mga Kuwentong Erotika, Prowess and Grace: A Festschrift for Dr. Edna Z. Manalapaz,* at *Balaog: Mga Kuwentong Pambata Mula sa Kabikolan.*

Rebecca T. Añonuevo

Si Rebecca T. Añonuevo ang may-akda ng limang koleksiyon ng tula: *Kalahati at Umpisa* (UST Publishing House, 2008), *Saulado* (UP Press, 2005), *Nakatanim na Granada ang Diyos* (UST Publishing House, 2001), *Pananahan* (Talingdao Publishing House, 1999) at *Bago ang Babae* (Institute of Women's Studies, 1996), na pawang nagsipagwagi sa Don Carlos Palanca Memorial Awards for Literature.

Si Rebecca ay nagtapos ng Ph.D. Literature sa De La Salle University Manila na naggawad sa kaniya ng Gold Medal for Outstanding Dissertation para sa *Talinghaga ng Gana: Ang Banal sa mga Piling Tulang Tagalog ng Ika-20 Siglo.* Ang pag-aaral ay isinaaklat ng UST Publishing House at nagtamo ng gantimpala bilang National Book Award for Literary Criticism mula sa Manila Critics Circle. Sa UST siya nagtapos ng A.B. Literature (*cum laude*) at M.A. Literature. Noong 2010 ay binigyan siya ng Gawad Balagtas para sa Panitikan ng Komisyon ng Wikang Filipino.

Nagtuturo siya ng panitikan at pagsulat sa Miriam College, at nakapaglingkod bilang tagapamuno ng English Department. Sa kasalukuyan ay siya ang tagapamuno ng Departamento ng Filipino sa naturang kolehiyo.

Ukol sa Tagapaglarawan

Felix Mago Miguel

Nagtapos bilang natatanging mag-aaral sa Philippine Normal College, Philippine High School for the Arts, at University of the Philippines College of Fine Arts, si Felix Mago Miguel ay nagtuloy bilang isang taga-disenyo at ilustrador. Isang premyadong pintor at mixed-media artist habang siya ay nasa kolehiyo pa, sa kaniyang pagtatrabaho mula 1992 ay nakapaglarawan na siya ng 17 librong pambata at nakapagdisenyo ng mahigit 80 sari-saring aklat. Ang ilan sa mga ito ay kinagigiliwang sapat ng mga kritiko (sa National Book Development Board, Manila Critics Circle, Book Development Association of the Philippines, Quill Awards, CommDesign Central, at NOMA Concours/Asia-Cultural Centre for UNESCO) upang gawaran ng mga parangal.

Si Felix ay masayang naninirahan sa Tagbilaran, Bohol, kasama ang kaniyang asawa—si Amelia F. Zubiri-Miguel na isang manunulat at editor—at ang kanilang mga anak na mahilig din gumuhit na sina Ulan, Ulap, Angin, Araw, at Langit.

Iba pang handog ng Tahanan Books:

MGA KUWENTO NI LOLA BASYANG
(Volume 1)
ni Severino Reyes
pinamatnugutan ni Christine S. Bellen
iginuhit ni Felix Mago Miguel
(Filipino)

THE BEST OF LOLA BASYANG
Timeless Tales for the Filipino Family
ni Severino Reyes
pinamatnugutan ni Bienvenido Lumbera
salin ni Gilda Cordero-Fernando
iginuhit ni Albert Gamos
(English)